ராமகியன்

தாய்லாந்து ராமாயணம்

ராமகியன்

தாய்லாந்து ராமாயணம்

ஆனந்த் ராகவ்

ராமகியன்: தாய்லாந்து ராமாயணம்
Ramakiyan: Thailand Ramayanam
Anand Raghav ©

First Edition: December 2008
144 Pages
Printed at Repro Knowledgecast Limited, Thane.

ISBN 978-81-8493-046-7

Kizhakku - 367

Kizhakku, An imprint of
New Horizon Media Pvt. Ltd.,
No.33/15, Eldams Road,
Alwarpet, Chennai - 600 018.
Phone : 044 - 42009601/03/04
Fax : 044 - 43009701

Email : support@nhm.in
Website : www.nhm.in

Images © *Tourism Authority of Thailand*

Author's Email: anandraghav@yahoo.com

Kizhakku Pathipppagam is an imprint of New Horizon Media Private Limited

உள்ளே

முன்னுரை

வேறு எந்தக் காவியத்துக்கும் இல்லாத சிறப்பு ஒன்று ராமாயணத் துக்கு உள்ளது. அதன் சர்வதேசத்தன்மைதான் அது. இந்தியாவிலும், அண்டை நாடுகளிலும், அதன் பாதிப்பு பரவிய தென்கிழக்கு ஆசிய நாடுகளிலும் ஆயிரக்கணக்கான ராமாயண வடிவங்கள் இருக்கின்றன என்பது நம்முள் பலருக்குத் தெரியாது.

இதற்கு முதல் காரணம், அதன் எளிய, சுவையான, திருப்பங்கள் கொண்ட கதையமைப்பு. இரண்டாவது காரணம், ராமாயணம் பண்டிதர்களால் மட்டும் உருவாக்கப்படவில்லை. அதை வடிவமைப் பதில் சாதரண மக்களுக்கும் பெரும் பங்கு இருந்தது. இந்தியாவிலும் பிற பிரதேசங்களிலும் ஏராளமான மக்கள் இணைந்து உருவாக்கிய காவியம்தான் ராமாயணம். இது தெய்வத்தைக் குறித்த கதை அன்று. தெய்வம் மனித வடிவில் வந்ததன் கதை. நம்மால் புரிந்துகொள்ளக் கூடிய சம்பவங்களையும் கதை மாந்தர்களையும் நமக்கு எதிரில் உலவ விட்டு அதை மாற்றம் செய்யவும் மக்களுக்குச் சுதந்தரம் தந்த கதை.

இவற்றுள் தாய்லாந்தின் ராமாயணம் மிக முக்கியமானது. ராமகியன் என்கிற தாய்லாந்து ராமாயணம் இந்தியாவின் பல முக்கியமான ராமாயண வடிவங்களின் வசீகரக் கலவை. முரண்பாடுகளும், நெருடல்களும், சில இடங்களில் இந்திய ராமாயணங்களைவிட அதிகக் கற்பனை வளத்தையும் கொண்டு புனையப்பட்ட ராமகியனையும், பிற தென் கிழக்கு ஆசிய ராமாயணங்களையும் அறிமுகப்படுத்துகிறது இந்தப் புத்தகம்.

பதினான்கு வருடங்கள் தாய்லாந்தில் வசித்தபோது என்னை ஆச்சரியப்படுத்திய தாய்லாந்து ராமாயணத்தை உங்களுடன் பகிர்ந்துகொள்ளவே இந்த முயற்சி.

இந்து மதத்தின் கடவுள் வழிபாட்டில் ஒரு முக்கியமான அங்கமாக ராமாயணம் இருந்துவருவதால் ராமகியன் போன்ற மாறுபட்ட ராமாயணங்கள் குறித்தான விவரங்களை மதரீதியாக அணுகாமல், ஓர் இலக்கியப் படைப்பாக, விசாலமான கண்ணோட்டத்தில் பார்க்கவேண்டும் என்பதே உங்களுக்கு என் வேண்டுகோள்.

வாருங்கள்... புஷ்பக விமானம் தயாராக இருக்கிறது. உங்களை வியப்படையச் செய்ய, நீங்கள் இதற்கு முன் அறிந்திராத ராமனும், சீதையும், அனுமனும், ராவணனும் உங்களுக்காகக் காத்திருக்கிறார்கள்.

பெங்களூர்
டிசம்பர் 2008

ஆனந்த் ராகவ்

1. தாய் ராமாயணம், ஓர் அறிமுகம்

'உண்மையான ராமராஜ்ஜியம் தாய்லாந்தில்தான் நடக்கிறது' என்றார் சுனிதி குமார் சாட்டர்ஜி என்ற ஆராய்ச்சியாளர். அவர் அப்படிச் சொன்ன 1980-களில் தாய்லாந்தில் சுபிட்சம் தாண்டவமாடியது ஒரு காரணம். இரண்டாவது, உண்மையிலேயே இங்கே ராம ராஜ்யம்தான் நடக்கிறது. மன்னர் ஆட்சி நடக்கும் தாய்லாந்தில் பதினெட்டாம் நூற்றாண்டி லிருந்து ஆட்சி செய்யும் மன்னர்களின் பெயர் 'ராமா' தான்.

தென்கிழக்கு ஆசியாவில் உள்ள நாடு தாய்லாந்து. இந்த நாட்டைச் சுற்றி, பர்மா, லாவோஸ், கம்போடியா, மலேசியா, வியட்நாம், இந்தோ னேசியா ஆகிய நாடுகள் உள்ளன. தாய்லாந்து மன்னர்களின் பெயர்கள் ராமா என்று இருப்பது தற்செயலான நிகழ்வு அல்ல. விஷ்ணுவின் அவதாரமான ராமனின் மேலுள்ள பக்தியினால் இந்த நாட்டு மன்னர்கள் தங்கள் பெயரை ராமா என்று மாற்றிவைத்துக்கொண்டனர். இந்த வழக்கம் இருநூறு ஆண்டுகளாகத் தொடர்கிறது. ராமாயணம், இந்த நாட்டில் பல நூற்றாண்டுகளாகப் பிரபலமான கதை. பதினைந்தாம் நூற்றாண்டிலிருந்து முன்னூறு ஆண்டுகள் தாய்லாந்தின் சரித்திரத்தில் ராமாயணம் ஒரு பக்தி இலக்கியமாகக் கருதப்பட்டு ஆதரிக்கப்பட்டது. தலைநகரே அயோத்தியா என்று பெயரிடப்பட்டது, இவர்களது ராமாயண ஈடுபாட்டுக்கு ஒரு உதாரணம்.

தாய்லாந்தில் மட்டுமல்லாமல் கம்போடியா, பர்மா, வியட்நாம், லாவோஸ், மலேசியா, இந்தோனேசியா என்ற அனைத்து அண்டை நாடுகளிலும், ராமாயணம் சிறு சிறு மாற்றங்களுடன் அந்தந்த நாடுகளின் காவியமாக, குறிப்பிடத்தக்க கலாசாரக் குறியீடாக உருவாகியுள்ளது.

தாய்லாந்து நாட்டின் ராமாயணம், ராமகீர்த்தி என்ற பெயரில் முதலில் அறியப்பட்டு, தற்போது ராமகியன் என்ற பெயரில் பிரபலம் அடைந்துள்ளது.

தாய்லாந்து, புத்தமதத்தைத் தழுவிய நாடு. இந்து மதத்தைச் சாராத ஒரு நாட்டில் ராமாயணம் இந்த அளவு தாக்கத்தை ஏற்படுத்தியிருப்பது உங்களை ஆச்சரியப்படுத்தலாம். புத்த மதத்தைப் பின்பற்றும் தாய்லாந்து, கம்போடியா, லாவோஸ், பர்மா, வியட்நாம் போன்ற நாடுகளிலும், இஸ்லாமைப் பின்பற்றும் மலேசியா, இந்தோனேசியா போன்ற நாடுகளிலும் கூட ராமாய்ணம் காவியமாக உருவாகி யிருப்பதன் பின்னணி வியப்படைய வைப்பது.

இரண்டாயிரத்து ஐநூறு ஆண்டுகளுக்கு முன்பிருந்தே இந்தியர்களுக்கு தென்கிழக்கு ஆசிய நாடுகளுடன் வணிகத் தொடர்பு இருந்தது. நிலவழியாக பர்மா மூலமாகவும், கடல் மார்க்கமாகவும் வாணிகம் நடந்தது. பாய்மரக் கப்பல்களில் கடல் வழியாகப் பயணித்தவர்கள், பருவக்காற்று திசைமாறுவதற்காகக் காத்திருக்க நேர்ந்தது. அதனால், தாங்கள் சென்ற தென்கிழக்கு ஆசிய நாடுகளிலேயே சில காலம் தங்க நேரிட்டது.

நாகரிகத்தில் சற்று பின்தங்கிய தென்கிழக்கு ஆசிய மக்கள், நாகரிகத்தில் மேம்பட்ட இந்தியர்களை விருப்பத்துடன் ஏற்றுக்கொண்டனர். இந்தியர்கள், கடலோரப் பகுதிகளில் சிறிய குடியிருப்புகளை உருவாக்கினர். உள்ளூர் மக்களுடன் கலந்தனர். காலப்போக்கில் இந்தியர்கள் அங்கம் வகித்த இனக்குழுக்கள் உருவாகின. இனக் குழுக்கள் வளர்ச்சியடைந்து இந்தியர்கள் அல்லது அவர்கள் ஆதரித்த வர்களின் தலைமையில் சிறிய ராஜ்ஜியங்கள் தோன்றின. ராஜ்ஜியங்கள் ஒன்றோடு ஒன்று போரிட்டு, பேரரசுகள் உருவாகி, அதிலும் இந்தியர் களின் ஆதிக்கம் நிலைத்தது.

சந்திரகுப்த மௌர்யன், அசோகன் காலத்தில் தொடங்கி, பல்லவர்கள், சோழர்கள் காலங்களில் இந்த ஆளுமை இன்னும் வளர்ச்சியடைந்தது. அப்போது, தென்கிழக்கு ஆசியா, இந்தியாவின் ஒரு பகுதியைப் போன்றே இருந்தது. இப்படியாக, கி.மு 300 தொடங்கி 1,500 வருடங்கள் இந்தியர்களின் ஆதிக்கம் இந்தப் பிரதேசத்தில் விரிவடைந்த தால், இந்து மதமும் புத்த மதமும் இங்கே பரவின. இந்தியர்கள் கொண்டுவந்த ராமாயணமும் வேறு சில புராணங்களும் இங்கு அறிமுகமாயின.

பன்னிரண்டாம் நூற்றாண்டுவரை தொடர்ந்த இந்த இந்தியத் தொடர்பு, முகமதியர்களின் படையெடுப்பால் மெல்ல அழிந்து போனாலும்

இந்துமத நம்பிக்கைகளும் இந்தியக் கலாசார வழக்கங்களும் அறுபடாமல் தழைத்தன. இந்துக் கடவுள்களை வழிபடுதல், பக்தி இலக்கியங்கள், சமஸ்கிருதத்தின் மூலமாக மொழித்தொடர்பு என்று இந்துமதப் பாரம்பரியத்தின் கூறுகள் இன்றும் தொடர்கின்றன. இதனால்தான், ராமாயணம் இங்கே ஒரு காப்பியமாக வழக்கத்தில் இருக்கிறது.

தாய்லாந்து மக்களிடையே, முதலாம் நூற்றாண்டு தொடங்கியே, ராமாயணம் வாய்மொழியாகப் பிரபலமாக இருந்தாலும் ராமகியன் எழுத்துவடிவத்தில் உருவானது பதினெட்டாம் நூற்றாண்டில்தான். 1785-ல் சவோப்ரயா சக்ரி என்னும் அரசர்தான் தாய் ராமாயணத்துக்கு முழு வடிவம் கொடுத்தவர்.

சக்ரி மன்னர் தன் அரசவைக் கவிஞர்களின் உதவியோடு வாய்வழிப் பாரம்பரியமாக இருந்த தாய் ராமாயணத்தைக் கவிதை வடிவில் எழுதி னார். அவர் எழுதிய ராமாயணத்தில் ஐம்பதாயிரத்துக்கும் மேற்பட்ட பாடல்கள் இருந்தன. இந்த வடிவம் அளவில் பெரியதாக இருந்ததால், நாடகமாக நடிப்பதற்கும் மக்களைச் சென்றடைவதற்கும் தடையாக இருப்பதாகக் கருதப்பட்டது. இதனால், இரண்டாவது சக்ரி மன்னர் அதை, பதினான்காயிரம் பாடல்களாகக் குறைத்தார். நிறையப் பகுதிகள் வெட்டப்பட்டன. பல ஆண்டுகள், இந்தக் குறைக்கப்பட்ட பகுதி களோடு ராமகியன் தொடர்ந்தது.

அதன்பிறகு வந்த மன்னர்கள் ராமகாதையில் பங்கெடுக்கும் ஆர்வத்தில் சிறிய சிறிய பகுதிகளை இணைத்தனர். ஆறாவது ராமா, பாடல் வடிவில் இருந்த ராமாயணத்தை உரைநடை வடிவில் முற்றிலுமாகத் திரும்ப எழுதினார். 1785-ல் எழுதப்பட்ட இந்த ராமாயணம் பல ஆண்டுகள் தொடர்ந்து திருத்தி எழுதப்பட்டு 1910-ல் அதன் இறுதி வடிவத்தை அடைந்தது. ஆக, ராமகியன், 125 வருடத்தைய ராஜாங்க முயற்சி என்று சொல்லலாம். அதன் சிறப்பும் தாய்லாந்து சமூகத்தில் அதன் முக்கியத் துவமும், அரச வம்சத்தினரின் பங்களிப்பால் உருவானதே ஆகும்.

தாய்லாந்து மன்னர்கள் 'ராமா' என்ற பெயரைச் சுவீகரித்துக்கொண்ட நிகழ்வும் ராமாயணத்தை எழுத்தில் கொண்டுவர அரசர்கள் செய்த முயற்சியின் விளைவாகத்தான் நடந்தது. ராமாயணத்தை முதலில் தாய்லாந்து மொழியில் எழுதிய சக்ரி மன்னர் ராம காதையின் நாயகனான ராமனின் பெயரால் தன்னை 'ராமா' என்றே அழைத்துக் கொள்ளத் தொடங்கினார். அதன்பிறகு ஆட்சிக்கு வந்த மன்னர்கள் அனைவரும் அந்த வழக்கத்தைத் தொடர்ந்து கடைப்பிடித்தனர். இப்போது மன்னராக இருப்பவர் ஒன்பதாவது ராமா. தாய்லாந்தின் ராமராஜ்ஜியத்தின் கதை இதுதான்.

ராமாயணம் மன்னர்களை மட்டும் பாதிக்கவில்லை. அதன் ஆளுமை மிகப் பரவலானது. வெறும் கதையாக, இந்தியர்கள் விட்டுச்சென்ற ஒரு பாரம்பரியமாக புத்தகங்களில் முடங்கிப்போய்விடாமல் நாடகம், பொம்மலாட்டம், இலக்கியம் என்று கலைவடிவங்கள் பலவற்றிலும் வெளிப்படுகிறது. தாய்லாந்தின் 'கொன்' என்னும் முகமூடி அணிந்து நடிக்கும் நாடக வடிவம், கேரளாவின் கதகளியைப் போன்றது. ராமகியனின் மிகப் பிரபலமான வடிவம் இதுதான்.

கேளிக்கை வடிவங்களைத் தாண்டி கலாசார முக்கியத்துவம் வாய்ந்த சமுதாய நிகழ்வாக ராமகியன் இருப்பதும் குறிப்பிடத்தக்கது. தாய்லாந்தின் சரித்திரத்தில் மன்னர்களுக்கு இடையே நடந்த போர்களின் முடிவில் வெற்றிபெற்ற மன்னர்கள் கண்டுகளிக்கும் கேளிக்கை நிகழ்ச்சிகளில் ராமாயண நாடகங்கள் நடந்ததாக வரலாறு சொல்கிறது. இப்போதும்கூட அரசாங்க விழாக்கள், அயல்நாட்டுப் பிரமுகர்கள் வருகை போன்ற விசேஷ தினங்களில் ராமகியன் நடிக்கப்பட்டு வருவது குறிப்பிடத்தக்க அம்சம்.

இலக்கியத்திலும் அதன் தாக்கம் தொடர்கிறது. இறக்கும் தறுவாயில் வாலி, சுக்ரீவனுக்குச் சொல்லும் அறிவுரைகள் மட்டுமே ஒரு கவிதைப் புத்தகமாக வெளியிடப்பட்டுள்ளது. 'க்ளோங் பாலி சோன் நாங்' (தம்பிக்கு வாலியின் அறிவுரை) என்ற இந்தப் புத்தகத்தை எழுதியவர் பெயர் 'நாராய்'. நாராய் என்பது தாய்லாந்து மொழியில் நாராயணனைக் குறிக்கும் சொல். விஷ்ணுவின் பெயரையே தன் புனைப்பெயராக வைத்துக்கொண்டார் இவர், மேலும் இரண்டு புத்தகங்களை எழுதி யிருக்கிறார். 'ராமனுக்கு தசரதன் சொன்னது' என்பது ஒன்று. 'ஆதர்ச மன்னன்' என்ற தலைப்பில் ஒரு நல்ல அரசன் எப்படி நடந்துகொள்ள வேண்டும் என்ற ராமாயணம் சார்ந்த அறிவுரைகள் அடங்கிய நூல் இன்னொன்று.

ராமாயணம் தங்கள் நாட்டிலேயே நிகழ்ந்ததாக இருக்கக்கூடாதா என்று ஆசைப்படும் அளவுக்கு ராமனின் கதையில் இவர்களுக்கு அபிமானம் உள்ளது. தாய்லாந்தின் தலைநகரம் அயோத்தியா என்று அழைக்கப் பட்டதன் காரணம் அதுதான். 1409-ல் இருந்து 1767 வரை தாய்லாந்தின் தலைநகரம், அயுத்தயா என்று கொஞ்சமாகத் திரிந்து போன அயோத்தியா.

நாட்டின் வேறு சில இடங்களுக்கும் ராமகாதையோடு தொடர்புள்ள பெயர்கள் வைக்கப்பட்டுள்ளன. ஒரு முக்கிய நகரத்துக்குப் பெயர் லோப்புரி. அதாவது ராமனின் மகன் லவன் பெயரால் ஆன லவபுரி. இந்த நகரம், இலங்கையிலிருந்து திரும்பியவுடன் ராமன், அனுமனுக்குப் பரிசாகக் கொடுத்த நகரம் என்கிறது ராமகியன்.

லோப்புரியில் வானர சேனைக்குக் கோயில் இருக்கிறது. ராமனின் பெயரால் சாலை இருக்கிறது. அங்கிருக்கும் ஓர் இடத்தின் பெயர் 'கிட்கின்' (கிஷ்கிந்தை).

பதினெட்டாம் நூற்றாண்டில் ராமகியன் எழுத்துவடிவத்தில் உருவாவ தற்கு முன்னரே நாட்டின் பல பகுதிகளில் வழிபாட்டுத் தலங்களில் ராமாயணம் ஓவியங்களாகவும் சிற்பங்களாகவும் வடிக்கப்பட்டிருந்தன. பர்மாவின் படையெடுப்பில் பல கோயில்கள் முற்றிலுமாக அழிந்து விட்டன. தலைநகர் அயுத்தயாவே அப்படி பர்மியப் படையெடுப்பில் முற்றிலுமாகச் சிதைந்துபோன முக்கியமான நகரம். அதன்பிறகே, தலைநகர், அயுத்தயாவிலிருந்து பாங்காக்கு இடம்பெயர்ந்தது.

பல கோயில்களில் இன்னும் ராமாயணச் சிற்பங்களும் ஓவியங்களும் நிறைந்திருக்கின்றன. பாங்காக்கில் இருக்கும் மிகப் பெரிய கோயிலான 'மரகத புத்தர்' கோயிலின் சுவர்களை ராமாயணக் காட்சிகளின் ஓவியங்கள் அலங்கரிக்கின்றன. இன்னொரு பிரதானத் தலமான 'உறங்கும் புத்தர்' கோயிலிலும் ராமாயணக் காட்சிகள் இடம் பெற்றுள்ள. தாய்லாந்தின் உட்பகுதிகளில் இருக்கும் சில பத்தாம் நூற்றாண்டு இந்துக் கோயில்களின் இடிபாடுகளில் ராமாயணக் காட்சிகள் சிலையாக வடிக்கப்பட்டுள்ளன. தாய்லாந்து அரச வம்சத்தின் முத்திரையே சிவனின் சூலமும் விஷ்ணுவின் சக்கரமும் இணைந்த சின்னம்தான்.

ராமாயணம் இவர்கள் சமுதாயத்தில் ஏற்படுத்திய மாற்றங்களை விட, ராமாயணமே இங்கு அடைந்த மாற்றம் இன்னும் சுவாரசியமானது. புத்த மதத்தின் தாக்கம், இவர்களது கலாசாரப் பின்னணி, இந்தப் பிரதேசத்துக்குரிய பிரத்யேகமான பழக்க வழக்கங்கள் ஆகியவற்றால், ராமகாதை இங்கே நிறைய மாற்றங்களை அடைந்துள்ளது.

முதல் மாற்றம் பாத்திரங்களின் பெயர்களில் ஏற்பட்டுள்ளது. பெயர்கள் பெரும்பாலும் இந்திய ராமாயணத்தை ஒட்டியே அமைந்திருந்தாலும் ராமகியனின் பெயர்களை மூன்றாக வகைப்படுத்தலாம்.

முதல் வகை, இந்திய ராமாயணத்தோடு முழுவதுமாகப் பொருந்திப் போகும் பெயர்கள். உதாரணத்துக்கு சிவன், ராமன், அனுமன், குகன் போன்ற பாத்திரங்கள். இவை இந்தியப் பெயர்களிலிருந்து சிறிதும் மாறாமல் ஆதார வடிவத்தின் பெயர்களிலேயே இருக்கின்றன.

இரண்டாவது வகை, பாலி மொழியின் பாதிப்பில் சற்றே மாறிய பெயர்கள். உச்சரிக்கும்போது ராமாயணக் கதை மாந்தர்களுடன் தொடர்புபடுத்திப் புரிந்துகொள்ளக்கூடிய வகையில் மிகச் சிறிய மாற்றங்களே இந்தப் பெயர்களில் நிகழ்ந்திருக்கின்றன. பெரும்பாலான

ராமகியன் பெயர்கள் இந்த வகையைச் சார்ந்தவை. லொங்கா, அயுத்தயா என்கிற இரண்டு முக்கியமான இடங்கள் இப்படி மாறியவை தாம். பாத்திரங்களின் பெயர்களில் சிதா, லக்சனா, பரத், தொசொரதா, இந்தரசித், பாலி, சுக்ரீப், கும்பகன் போன்றவற்றையும், மாண்டோ (மண்டோதரி), மாரீட் (மாரீசன்), பிபேக் (விபீஷணன்) போன்ற சற்று அதிகமாகவே மாறியவற்றையும் சேர்க்கலாம்.

முற்றிலும் புதிய பெயர்கள் மூன்றாவது வகை. தசக்கிரீவன் என்பதிலிருந்து மறுவி வந்த தொசகாந்தா (ராவணன்), மங்குட் (குசா) என்ற பெயர்களை உதாரணமாகச் சொல்லலாம்.

இதைத்தவிர வால்மீகி, கம்ப ராமாயணங்களில் தென்படாத சில புதிய பாத்திரங்கள் ராமகியனில் உலவுகின்றனர். பாதாள உலகின் மன்னனான மயுரப், விபீஷணின் பெண்ணான பெஞ்சகாயா, ராவணனின் பெண்ணான சுவர்னமச்சா போன்ற பாத்திரங்கள் இவ்வகை.

பெயர் வரிசையில் முதலாகச் சிவன் வருவது காரணமாகத்தான். சிவன் ராமகியனில் பெரும் பங்கு வகிக்கிறார். ஒரு பாத்திரமாக மட்டும் அல்ல, ராமன் உட்பட எல்லோரையும் வழி நடத்தும் உயர்ந்த நிலையில் இருப்பவராக. கதை சொல்லப்பட்ட விதத்தில் சிவனின் மேன்மை புலப்படுகிறது.

நீலகண்டனும், நான்முகனும், தேவர்களும், திருமாலுக்கு எதிரே சென்று அவரை துதித்துத் தொழும்போதெல்லாம் மகிழ்ச்சியால் ஆடுவர் என்று சொல்லும் கம்பனின் சித்திரிப்புக்கு மாறுபடும் வகையில் சிவனுக்கு அடங்கி நடப்பவராகவே விஷ்ணு தென்படுகிறார். விஷ்ணு, ராமாவதாரம் எடுப்பதாக அறிவித்தவுடன் திகழும் தேவலோகக் காட்சியை கம்பன் விரிவாகச் சித்திரிக்கிறார். இந்திரனும், பிரமனும், சந்திரனைத் தலையிலணிந்த சிவனும், இதர தேவர்களும் 'தீர்ந்தது எம் சிறுமை' என்று மகிழ்ச்சியில் ஆடுவதாகக் கம்பன் விவரிக்கிறார்.

ஆனால், ராமகியனில் சிவன் என்னும் உயரிய கடவுள் ராவணன் என்கிற அசுரனை வதம் செய்யும் பணியை விஷ்ணுவுக்குத் தருகிறார். இந்தக் காட்சியமைப்பு, தனக்குக் கீழ்ப்பட்ட ஒரு கடவுளிடம் பொறுப்பை ஒப்படைக்கும் தன்மையில் உள்ளது.

சிவன், பரவலாகவே ராமகியன் முழுவதும் தென்படுகிறார். அரக்கர் களுக்குச் சக்திவாய்ந்த ஆயுதங்கள் தருவதும் அவர்களுக்கு வரங்கள் அருளுவதும் சிவன். ராமனுக்கும் அவனது சகோதரர்களுக்கும் பிரம்மாஸ்திரம், நாகாஸ்திரம், வருணாஸ்திரம் போன்ற பாணங்களைத் தருவதும் சிவன்தான். சில முக்கியமான கட்டங்களில் சிவன்

நேரடியாகவே ராமகியனின் நிகழ்வுகளில் பங்கெடுக்கிறார். ராவணன் செய்யும் யாகத்தைத் தடுக்க, தேவலோகத்திலிருந்து வாலியைப் போரிட அனுப்புகிறார். கதையின் இறுதியில் ராமனுக்கும் சீதைக்கும் உள்ள பிரச்னையைத் தீர்த்து, சமரசம் செய்துவைத்து, அவர்களை இணைத்து ராமகியனின் முடிவையே மங்களகரமாக மாற்றுவதும் சிவன்தான்.

ராமகியனில் சைவ புராணங்களின் தாக்கம் இருப்பதை இதை உணர்த்து கிறது. கூர்ம, பிரம்ம, ஸ்காந்த புராணங்களில் ராவணனை வென்றபிறகு ராமன், சிவலிங்கத்தைப் பிரதிஷ்டை செய்து வழிபடுகிறான். ஆத்யாத்ம ராமாயணத்தில், சேதுபந்தனத்துக்குமுன் ராமன் சிவலிங்கத்தை வழிபடுவதாக வருகிறது. காஷ்மீரிய விஷ்ணுதர்மோத்தரா, தங்கத்தி னால் ஆன சிவலிங்கத்தை ராமன் எப்போதும் உடன் வைத்திருப்பதாகச் சொல்கிறது. சீதையை மீட்க இலங்கைக் கடலைக் கடக்க சிவன் உதவுகிறார் என்கிறது ஸ்காந்த புராணம். சௌர புராணம் ராமனை சிவனின் பக்தனாகவே வர்ணிக்கிறது. ராமனின் வெற்றிகளுக்கெல்லாம் சிவனின் அருளே காரணம் என்கிறது.

இப்படி சைவ புராணங்களில் காணப்படும்ரீதியில் ராமன் சிவனை வணங்குபவனாக, அல்லது அவரது கட்டளைக்கு உட்பட்டு நடப்ப வனாக, சிவனின் அருளுடனே ராமன் வெற்றி அடைவதாக, ராமகியனில் சித்திரிப்புகள் தென்படுகின்றன.

ராமன் சிவனுக்குக் கீழ்பட்ட கடவுள் என்கிற மேற்படி பாத்திரப் படைப்பு மட்டுமன்றி, ராமகியனின் சில சம்பவங்கள்கூட சைவ புராணங்களின் பாதிப்பில் உருவாகியிருக்கின்றன. நந்தகன் என்கிற ராவணனின் முந்தைய பிறப்பைப் பற்றிய கதை அந்த வகையைச் சார்ந்தது. கைலாயத்தில் எல்லோர் கால்களையும் கழுவிப் பணிவிடை செய்யும் நந்தகன், தான் தன் விரலால் சுட்டிக்காட்டுபவர் அனைவரும் இறந்துபோகவேண்டும் என்ற வரத்தைச் சிவனிடம் பெறுகிறான். அந்த வரத்தைக் கொண்டு தேவர்களைக் கொன்று குவிக்கிறான். அவனை வதம் செய்ய, பெண்ணுருவில் வந்த விஷ்ணு, அவனுடன் நடனமாடி தன்னையே சுட்டிக்காட்டும் நாட்டிய முத்திரையை அவனை அபிநயிக்க வைத்து அவனைக் கொல்கிறார்.

இந்தக் கதை, ஸ்காந்த புராணம், சிவபுராணம், பத்மபுராணம் போன்ற வற்றில் வரும் ஒரு கதையை ஒத்துள்ளது. இந்தப் புராணங்களில், சிவன், தன் வாயில்காப்போனுக்கு, அவன் தீண்டுபவர்கள் எல்லாம் இறந்து போவார்கள் என்ற வரத்தைத் தருகிறார். அவனைக் கொல்ல விஷ்ணு ஒரு நாட்டியக்காரி வடிவில் வந்து நடனமாடி, தன்

தலையிலேயே கையை வைக்கும் முத்திரையை அபிநயம் செய்ய, அதைப் பின்பற்றும் அவன், தன் தலையில் தானே கைவைத்து இறக்கிறான்.

பாகவத புராணத்தில் வரும் ராவணனின் முந்தைய பிறப்பான ஹிரண்யாக்ஷன் கதையைச் சார்ந்தே, ராமகியனும் ராவணனின் கதையைத் தொடங்குகிறது. ராமகியனில், நாராயணனின் நான்கு கைகளில் ஒன்று சுமந்திருப்பது சிவனின் ஆயுதமான திரிசூலம். சைவமும் வைணவமும் இணைந்து பரவிய தாய்லாந்தில், சைவ புராணங்களில் பாதிப்பு அதிகம் வெளிப்படுவதன் சான்று இது.

சரித்திரபூர்வமாகவும் அதற்கு ஆதாரங்கள் தென்படுகின்றன. தாய்லாந்தின் கோராட் பகுதியில் ஏழாவது ஜெயவர்மன் என்கிற இந்திய அரசன் கட்டிய பத்தாம் நூற்றாண்டு இந்துக் கோயில்களின் இடிபாடுகளில் தென்படும் ராமாயணச் சிற்பங்களில் சிவனுக்கு அடங்கிய நிலையில் பிரம்மா, இந்திரன் மற்றும் விஷ்ணுவின் உருவங்கள் தென்படுகின்றன. வைணவ கலாசாரம் தழைத்தோங்கிய காலத்துக்கு முன்பே ராமாயணம் இங்கே வாய்மொழியாகப் பரவியிருக்கலாம் என்கிற கோணத்தையும் இது பிரதிபலிக்கிறது.

பாத்திரப் படைப்பிலும் சம்பவங்களிலும் நிறைய மாற்றங்கள் இருந் தாலும், ராமகியனின் கதை, கிட்டத்தட்ட நம் ராமாயணக் கதைதான்.

2. ராமகியன் கதை

*ராம*கியன், ஏழு காண்டங்களாகப் பிரிக்கப்பட்டிருக்கும் வால்மீகி ராமாயணம் போல் அல்லாமல் ஒரே கதை. ஆனால் கதையமைப்பில் வால்மீகி ராமாயணத்தை ஒத்த வடிவம்தான். இந்திய ராமாயணத்துடன் ஒப்பிடும் நோக்கத்துக்காக ராமகியனை மூன்று பிரிவாகப் பிரிக்கலாம்.

முதல் பகுதி ராமாயணத்தின் ஆதாரக் கதைக்கான பின்புலம் என்று சொல்லலாம். இந்தப் பகுதியில், ராமாயணத்தின் பிரதான பாத்திரங்கள் ஒவ்வொன்றும் தோன்றிய கதையை விவரிக்கிறது ராமகியன்.

இரண்டாவது பகுதி, தசரதன் வாழ்க்கையிலிருந்து தொடங்கி, ராம, லக்ஷ்மண, பரத, சத்ருக்கணர் பிறப்பு, பிள்ளைப் பிராயம், சீதா கல்யாணம், நின்று போன பட்டாபிஷேகம், வனவாசம், சீதை கடத்தல், வாலி வதம், அனுமன் இலங்கை செல்லல், பாலம் கட்டுதல், யுத்தம், பட்டாபிஷேகம் என்று நாம் பரவலாக அறிந்த ராமாயணக் கதை.

மூன்றாவது பகுதி உத்தரகாண்டத்தோடு ஒத்துப்போகிறது. சீதை கானகத்துக்கு அனுப்பப்படுதல், லவன்-குசன் பிறப்பு, ராமனின் அசுவமேத யாகம், ராமன் லவ குசர்களுடன் இணைவது என்று நீளும் கதை, சிவனது சமரச முயற்சியால் ராமனும் சீதையும் இணைவதோடு நிறைவுபெறுகிறது.

ராமகியனின் முரண்பாடுகளும் சம்பவ மாற்றங்களும் நிகழ்வது பெரும்பாலும் முதல் பகுதியிலும் மூன்றாவது பகுதியிலுமே.

ராமகியனின் முதல் பகுதி மிகப் பெரிய கதைக்களத்தைக் கொண்டுள்ளது. தேவ லோகம், பூமி, பாதாள லோகம் என்று பிரிந்துகிடக்கிற உலகத்தில் நன்மை, தீமை என்ற இரண்டு சக்திகளுக்கு இடையில் நிகழும

போராட்டம்தான் ஆதார முரண் என்று தொடங்குகிறது ராமகியன். தேவர்களும் அசுரர்களுமே பிரதான பாத்திரங்கள். தேவர்களுக்கு இணையான பராக்கிரமங்களும் பலமும் பொருந்தியவர்களாக அசுரர்கள் இருக்கிறார்கள். உலகில் தலைவிரித்தாடும் தீமையை ஒழிக்க தேவர்கள் செய்யும் முயற்சிகளை ராமகியன் விவரிக்கிறது.

கம்பராமாயணத்தில் ஆற்றுப்படலம், நாட்டுப்படலம், நகரப்படலம் என்று சூழலின் வர்ணனைகள் முடிந்தபிறகு அவதார நோக்கத்தைச் சொல்லும் திருஅவதாரப்படலம் என்னும் சிறிய பகுதியில் எட்டாவது பாட்டிலேயே ராவணன், அவன் மகன் இந்திரஜித் இருவரும் செய்யும் கொடுமைகளைக் குறிப்பிட்டு அரக்கர்களை அறிமுகப்படுத்துகிறார் கம்பன். திருமாலிடம் சென்று தேவர்கள் முறையிடுகிறார்கள். அவர் களிடம் திருமால், அரக்கர்களை அழிக்க, தான் தசரதன் புத்திரனாக அவதரிக்கப்போவதாகவும், தேவர்கள் வானரங்களாகவும், இந்திரனின் அம்சம் வாலியாகவும், சூரியனின் அம்சம் சுக்ரீவனாகவும், வாயுவின் அம்சம் அனுமனாகவும் அவதரிக்கவேண்டும் என்கிறார். இந்தத் திட்டங்களை கம்பன் பத்து பாடல்களுக்குள் சொல்ல, ராமகாதை தொடங்கிவிடுகிறது.

ராமகியனின் ஆரம்பம் இதிலிருந்து வெகுவாக மாறுபடுகிறது. ராமகியனின் முதற்பகுதி முழுக்க அரக்கர்களின் ஆளுமையையே அதிகம். ராவணன்கூட முதல்பகுதியின் இடையிலேதான் அறிமுக மாகிறான். அதற்கு ஆயிரமாயிரம் ஆண்டுகளுக்கு முன்னர் அரக்கர் களுக்கும் தேவர்களுக்கும் இடையே நிகழும் நிரந்தரப் போராட்டம் கதையில் பிரதானப்படுகிறது. ஒவ்வோர் அரக்கனைக் குறித்தும், அவன் செய்யும் உயிர்வதை குறித்தும், அவர்களை அடக்க சிவனும் விஷ்ணு வும் எடுக்கும் முயற்சிகள் குறித்தும் காட்சிகள் அடங்கியுள்ளன.

பாலகாண்டத்திலிருந்து தொடங்கி உத்தரகாண்டத்தில் முடியும் இந்திய ராமாயணத்தில் அரக்கர்கள் பிறப்பு குறித்த விவரங்கள் உத்தர காண்டத்தில்தான் வருகின்றன. ராமகியன், அதை முதலிலேயே கொண்டுவைத்து, சமண ராமாயணங்களின் பாணியில் அசுரர்களின் கதையோடு ராமாயணத்தை ஆரம்பிக்கிறது. இதில் ராவணனின் முன்பிறப்பும் அவனுக்கு முன்னரே தோன்றிய பல அரக்கர்களும் அடங்கும். வால்மீகி ராமாயணத்தில் ராவணனின் முந்தைய பிறப்பு பற்றி எந்தவிதக் குறிப்பும் இல்லை என்பது குறிப்பிடத்தக்கது.

தீமையை எதிர்க்க தேவர்கள் செய்யும் முயற்சிகள் என்ற விரிவான நோக்கத்தில் கதையின் போக்கு இருப்பதால் ராமகியனில் சில அனுகூலங்கள் உள்ளன. இறைவனின் அவதாரமாக இருந்தாலும் ஒரு மனிதனாக ராமனின் வாழ்க்கையை அணுகும்போது இடைப்படும் சில

அயோத்தி திரும்பும் ராமன், சீதையுடன் அனுமன்

நெருடல்கள் ராமகியனின் விரிவான கதைநோக்கில் உணரப்படுவ
தில்லை. வாலி வதம், விபீஷணனின் கட்சித் தாவல் போன்ற,
தர்க்கங்கள் தேவைப்படும் பகுதிகளுக்கு ராமகியனின் பரந்த கதை
அம்சத்தால், கதைக்கு உள்ளேயே விடைகள் கிடைத்துவிடுகின்றன.

அசுரப்ரோம், திரிபுரம், ஹிரன்யகூஷா என்னும் அரக்கர்களின் அறிமுகத்
தோடு ஆரம்பமாகிறது ராமகியன். ஹிரன்யகூஷா, ராவணனின் முந்தைய
பிறப்பு. இவன் மூவுலகத்திலும் பலம்பொருந்திய அசுரன். தன்
சக்தியால் உலகத்தையே மூன்று துண்டுகளாக ஆக்கிவிடுகிறான்.
ஜம்புத்துவிபா, உத்தரகுரு, அமரஜோயனா என்று உலகத்தை மூன்று
பகுதிகளாகக் கிழித்து, சுருட்டி, கையிடுக்கில் வைத்துக்கொண்டு
இம்சை செய்கிறான். அந்த அரக்கனைக் கொல்ல சிவனால் அனுப்பப்
பட்ட விஷ்ணு, மிருக உருவத்தில் அவனுடன் போரிட்டுச் சம்ஹாரம்
செய்கிறார். பாற்கடலுக்குத் திரும்புகிறார்.

பூவுலகை ஆளப்போகும் சந்ததி அதற்குப் பிறகுதான் உருவாகிறது.
விஷ்ணுவின் அம்சமாக.

விஷ்ணு பாற்கடலில் தியானம் செய்யும்போது, அவர் தியான
வலிமையால் பாற்கடலில் தாமரை மலரில் ஒரு சிசு உருவாகிறது.
அனாமத்தன் என்கிற அந்தக் குழந்தை தேவர்களின் பிரதிநிதியாக
பூவுலகுக்கு அனுப்பப்பட்டு அரசனாக நியமிக்கப்படுகிறது. ஜம்புத்
துவிபா என்கிற பூவுலகில், துவாராவதி என்கிற கானகப்பகுதியில்
அயோத்தியா என்கிற தலைநகரில் ஆட்சி புரியும் மன்னனாக அமர்த்தப்
படுகிறான் அனாமத்தன். பத்தாயிரம் ஆண்டுகள் ஆட்சி செலுத்தும்
அந்த அரசனின் சந்ததியில் அஜபாலன், தசரதன் என்று வம்சம்
தழைக்கிறது.

துவாராவதி என்ற மகாபாரதத் தொடர்புடைய பெயரைக் கொண்டு
கதை புனையப்பட்டது ஆரம்ப ஆச்சரியம். இரண்டாவதாக, ராமனின்
குலம் சூரிய வம்சம் இல்லை. விஷ்ணுவின் தியானத்தில் சுயமாக
உருவாகிய குழந்தை என்பதால் ராமகியனில், ராமன் நாராயணனின்
வம்சம்.

இப்படி ஒருபக்கம் நல்லவர்கள் தழைத்துக்கொண்டிருக்க, மறுபக்கம்
அரக்கர்கள் உருவில் தீமை உடன் வளர்கிறது. இலங்கை உருவாகி
அரக்கர்கள் வாழும் இடமாகிறது. ராமகியனில், இலங்கை என்பது
முதலில் ரங்கா என்ற பெயரில்தான் உருவாகிறது. 'ரங்க்' என்றால்
கூடு என்றும் 'கா' என்றால் காகம் என்றும் தாய்லாந்து மொழியில்
அர்த்தம். மாலியவான் தொடங்கி அரக்கர்களின் சந்ததியில் பல
அசுர்கள் தலையெடுக்கிறார்கள். அனாமத்தன் வழிவந்த மன்னர்கள்,

அட்டகாசம் செய்யும் அரக்கர்களை அவ்வப்போது கொன்று, தீமையைக் கட்டுக்கள் வைக்க, உலகம் நிம்மதியாக உள்ளது.

ராவணன் அதன்பின் அறிமுகமாகிறான். ராவணனின் முந்தைய பிறப்பான நந்தகனின் கதை முதலில் வருகிறது. சிவனிடம் வரம் பெற்று, தான் சுட்டிக்காட்டும் எல்லோரையும் கொன்று குவித்து அட்டகாசம் செய்யும் நந்தகனை ஒரு அழகான நாட்டியப் பெண்ணாக வந்து மயக்கிக் கொல்கிறார் விஷ்ணு. பெண்ணுருவில் தந்திரமாகத் தன்னைக் கொன்றுவிட்டதாக முறையிடும் நந்தகனுக்கு இன்னொரு சந்தர்ப்பம் தருகிறார் விஷ்ணு. அடுத்த பிறவியில் பத்து தலைகளுடனும் இருபது கரங்களுடனும் அவன் பிறப்பான் என்றும், அவனைச் சாதாரண மானுடனாக வந்து போரிட்டு வெல்கிறேன் என்றும் சொல்கிறார் விஷ்ணு. இப்படியாக, ராவணனின் பிறப்புக்குக் காரணக் கதை ஒன்றை விவரிக்கிறது ராமகியன்.

ராவணனின் பிறப்பு, தராசின் ஒரு பக்கத்தை அரக்கர்கள் பக்கம் சாய்த்து விடுகிறது. அசுரவம்சத்தில் ராவணன் மிகவும் பலம் பொருந்தியவனாக உருவாகிறான். கைலாய மலையையே தூக்கும் அளவுக்குப் பலம் பொருந்தியவனாக வளர்கிறான். 'திக்கு அனைத்தும் போர் கடந்தான்' என்று கம்பன் சொல்வது போல அனைவரையும் வெல்கிறான். 'கொடியவர்களுக்கெல்லாம் முதல்வன்' என்று அவனைக் கண்டு அனைவரும் அஞ்சுகிறார்கள். 'உம்மையின் நின்று உலகம் மூன்றும் மெம்மையின் ஆண்டவன்' என்றபடி மூவுலகத்துக்கும் அதிபதிபோல இயங்குகிறான்.

'சிவனும், நான்முகத்து ஒருவனும், திருநெடு மாலாம் அவனும், மற்று உள அமரரும் உடன் உறைந்து அடங்க புவனம் மூன்றும் நான் ஆண்டுளது' என்று யுத்த காண்டத்தில் இறுமாப்புடன் ராவணன் சொல்வதாகக் கம்பன் வர்ணிக்கிறார். சிவன், விஷ்ணு, பிரம்மா என்கிற மும்மூர்த்திகளையும் விஞ்சிய பலம் உள்ளவனாகக் கம்பன் வரையும் குறிப்பு, ராமகியனின் ராவணனுக்கும் பொருந்தும்.

அத்தகைய ஆற்றல் மிக்கவனாக ராவணன் உருவாகி அரக்கர்கள் நிலை உயர்ந்ததைக் கண்ட தேவர்கள் விஷ்ணுவிடம் முறையிட்டு, அவரது அவதார காலத்துக்குத் தருணம் உருவாகிவிட்டதை உணர்த்தி, கோரிக்கை வைக்கிறார்கள். நாராயணன் ராமனாகவும், ஆதிசேஷன் லக்ஷ்மணனாகவும், சங்கு சத்ருக்கணனாகவும், சக்கரம் பரதனாகவும் அவதாரம் எடுக்கிறார்கள். நான்கு சகோதரர்களும் விஷ்ணுவின் அவதாரம் என்னும் வால்மீகி ராமாயணத்திலிருந்து, இந்த வகையில் மாறுபடுகிறது ராமகியன். இந்த மாற்றம் ராமனை மட்டும் விஷ்ணுவின் அவதாரம் என்று சொல்லும் கம்பனின் நிலையோடு ஒத்துப்போகிறது.

மாரீசன் – கோன் முகமூடி

மாரீசன் – கோன் முகமூடி
சூர்ப்பனகை – கோன் முகமூடி

மானுடனாக அவதாரம் எடுக்கப்போகும் விஷ்ணுவுக்கு, பலம் பொருந்திய ராவணனை எதிர்கொள்ளத் தோதாக, வேசுஜனன் என்கிற தேவனை ராவணனின் சகோதரனாகப் பிறக்கும்படி சிவன் கட்டளை யிடுகிறார். அதுதான் விபீஷணன். விபீஷணனின் சகோதர துரோகத் துக்கு விளக்கம் தருவதுபோல இந்தக் காரணக்கதை இருக்கிறது.

இதேபோல மண்டோதரி, வாலி, சுக்ரீவன், அனுமன் என்று அவரவர் பிறப்புக்கு சுவாரசியமான, ஆச்சரியப்படுத்தும் கிளைக்கதைகள் ராமகியனில் ஏராளமாக இருக்கின்றன. சீதை ராவணனின் பெண் என்றும், வாலியும் சுக்ரீவனும் அகலிகையின் பிள்ளைகள் என்றும், அங்கதன் மண்டோதரிக்குப் பிறந்தவன் என்றும் எழுதப்பட்ட கிளைக்கதைகள் இதற்கு உதாரணம்.

தொடரும் பகுதிகளில் சிறிய சம்பவ மாற்றங்கள் இருந்தாலும் பால காண்டம், அயோத்தியா காண்டம், ஆரண்ய காண்டம், கிஷ்கிந்தா காண்டம், யுத்த காண்டம் என்று ராவண வதை வரை தொடரும் கதை இந்திய ராமாயணத்தை ஒட்டியதுதான்.

அரக்கர்கள் தடைப்படுத்தும் யாகத்தை காப்பாற்றவேண்டி விசுவாமித்திரர் ராம லக்ஷ்மணர்களை அழைத்துச்செல்கிறார். காகத்தின் வடிவில் வரும் தாடகை என்னும் காகனசுரா, வதம் செய்யப்படுகிறாள். சிவதனுசை முறித்து, ராமன் சீதையைத் திருமணம் செய்து, பரசுராமனைத் தோற்கடித்து அயோத்தியா திரும்பிவருகிறான். கூனி சூழ்ச்சியில் கைகேயி வரம் கேட்க, ராம பட்டாபிஷேகம் தடைப்படு கிறது. ராமன் கானகம் செல்கிறான். சூர்ப்பனகை குறுக்கிட்டால் ராவணன் அறிமுகமாகி, சீதை கடத்தப்படுகிறாள். அனுமனும் சுக்ரீவலும் நண்பர்களாகி, வாலி வதம் நடக்கிறது. அனுமன் இலங்கை சென்று, சீதையைச் சந்தித்து, இலங்கையை எரித்து, திரும்பிவருகிறான். பாலம் கட்டி இலங்கையைச் சேர்கிறார்கள்.

யுத்த காண்டம் ராமகியனில் பிரதானப்படுகிறது. போர்க் காட்சிகள், விதவிதமான ஆயுதங்கள், உயிரிழப்புகள், மரித்தவர்களை உயிர்தெழுச் செய்யும் வழிகள், மகாபாரதப் போர் முறையை ஒத்த போர்முறை என்று மிக விரிவாக, சுவாரசியத்துடன் சொல்லப்பட்டிருக்கிறது. முதலில் மயுரப், பின்னர் கும்பகர்ணன், இந்திரஜித் ஆகியோர் போர் புரிந்து, மடிந்து, இறுதியில் ராவணனும் போரிட்டு இறக்கிறான். சீதையின் அக்னிப்பரீட்சை நடக்கிறது. அயோத்தியா திரும்பி ராம பட்டாபிஷேகம் நிகழ்கிறது. சம்பவ மாற்றங்களை விடுத்துப் பார்த்தால், இந்திய ராமாயணமும் ராமகியனும், கதைப் போக்கிலும் நோக்கத்திலும் பெரிதும் ஒத்துப்போகிற பகுதி, இந்தப் பகுதிதான்.

உத்தர காண்டத்தோடு பொருந்தும் மூன்றாவது பகுதியிலும் யுத்தத்தை அவ்வளவு எளிதில் விடுவதில்லை ராமகியன். மிச்சமிருக்கும் அரக்கர் களுக்கும் ராம சேனைக்கும் கொஞ்சம் யுத்தம் நிகழ்கிறது. அரக்கர்கள் ரூபத்தில் தீமை விடாமல் துரத்துகிறது. அரக்கி ஒருத்தியின் சூழ்ச்சியில் சீதையின் கற்பு சந்தேகிக்கப்பட்டு, சீதை காட்டுக்கு அனுப்பப்படு கிறாள். லவ குசர்கள் பிறக்கிறார்கள். இருவரும், ராமன் செய்யும் அசுவமேத யாகக் குதிரையை அடக்கி, அனுமனைத் தோற்கடிக் கிறார்கள். தொடரும் போரில் சிறைப்பிடிக்கப்பட்ட லவனும் குசனும், தந்தை ராமனுடன் இணைகிறார்கள். சீதை அவர்களுடன் அயோத்தியா திரும்ப மறுத்து, கானகத்திலேயே தங்குகிறாள். தன் தவறை உணர்ந்த ராமன், சீதையைத் திரும்பப்பெற மிகுந்த பிரயத்தனம் செய்கிறான். பிரிவில் வாடும் சராசரிக் கணவனாக ராமன் நிலை தொடர்கிறது. சிவன், சீதைக்கும் ராமனுக்கும் சமரசம் செய்து, இணைத்து வைக்க, ஸ்காந்த புராணம்போல மங்களகரமாக ராமகியன் நிறைவுபெறுகிறது.

மேலோட்டமாகப் பார்த்தால் பெரும்பாலும் வால்மீகி ராமாயணத்தைச் சார்ந்திருப்பது போலத் தோன்றும் ராமகியன் வால்மீகியின் வடிவத்தி லிருந்து பலவகைகளில் மாறுபட்டது. இந்தியாவிலிருக்கும் பலவகை யான ராமாயணங்களிலிருந்தும் எடுக்கப்பட்ட கலவையான வடிவம் இது. எழுத்தில் வடிக்கப்படாமல் ஆயிரக்கணக்கான வருடங்களாக, வாய்மொழியாகப் பரவிய சில நாட்டுப்புறக் கதைகளையும், கூடவே இந்த நாட்டுக்குத் தகுந்தாற்போல சில மாற்றங்களையும் ஒருங் கிணைத்து ருசிகர அம்சங்கள் நிறைந்த கதையாக உருமாற்றப் பட்டுள்ளது ராமகியன்.

மதரீதியாக அணுகாமல், இலக்கியப் படைப்பாக அணுகி, பல ஆச்சரி யங்கள் நிறைந்திருக்கும் ராமகியனின் முரண்பட்ட பாத்திரப் படைப்பு களையும், சம்பவ மாற்றங்களையும் இனி விரிவாகப் பார்ப்போம்.

3. ராமன் என்கிற மானுடன்

ராமகியனைப் பொருத்தவரை ராமனின் பாத்திரப் படைப்பின் தன்மையை ராவணவதத்துக்கு முன், ராவணவதத்துக்குப் பின் என்று இரண்டாகப் பிரிக்கவேண்டியுள்ளது.

ராவணவதத்துக்கு முன், சுற்றியிருப்பவர்கள் மறைமுகமாகவும் நேரடியாகவும் அவன் புகழ் பாட, தீமையை ஒழிக்க வந்த கடவுளின் அவதாரமாக, மேம்பட்ட நிலையில் உலா வருகிறான் ராமன். ராமகியன் முழுவதிலும், ராமனுடன் பழகும் பாத்திரங்கள், ராமன் விஷ்ணுவின் அவதாரம் என்று சலிப்பூட்டும் வகையில் சொல்லிக் கொண்டிருக்கிறார்கள். ராமனே இரண்டொரு முறை, தன் எதிரி களிடம், தான் விஷ்ணுவின் அவதாரம் என்று அறிவிக்கிறான். அந்தக் கம்பீரமும் நிதானமும் பொருந்திய அவதாரத் தன்மை, ராவணனை வதம் செய்யும்வரை நீடிக்கிறது. அதற்குப்பிறகு அவனது பாத்திரத் தன்மையில் மாறுதல் ஏற்படுகிறது. ராமன் என்ற கடவுளுக்கு ஒவ்வாமல் இருந்தாலும், ராமன் என்கிற அரசனாக, சீதையின் கணவனாக, நமக்கு நெருங்கிய நிலையில், நம் கைக்கெட்டும் தூரத்தில் வந்து பழகுகிறது.

ராவணவதை முடிந்ததும், தன்னைப் பார்க்க வருகிற சீதையிடம் 'ஊண் திறம் உவந்தனை; ஒழுக்கம் பாழ்பட மாண்டிலை' என்று கம்ப ராமாயணத்தில் சுடுசொல் பேசுகிற ராமன், ராமகியனிலும் அதைத்தான் செய்கிறான். உலகத்தாருக்கு சீதையின் கற்பு நிலையை உணர்த்தி, சீதை களங்கமற்றவள் என்று நிருபிக்கவே அதைச் செய்கிறான். கம்பராமா யணத்தில் ராமனின் மன ஓட்டம் சொல்லப்படவில்லை. தீக்குளிப்பு நிகழ்ந்தபிறகே அது வெளிப்படுகிறது. அதுவும் ராமனின் கூற்றாக அல்ல. ' உலகின் பின்னைக் காட்டுதற்கு அரியது என்று எண்ணி

"

ராமன் சீதை ரத உலா

உன்னைக் கற்பினுக்கு அரசி என்று காட்டினான்' என்று தசரதன் வாய்மொழியாக அதை வெளிப்படுத்துகிறார் கம்பன். ஆனால், அவர் மற்றவர்களுக்காகத்தான் சீதைமீது தீக்குளிப்பைத் திணித்தார் என்று ராமனின் மன ஓட்டத்தை உரக்கவே சொல்கிறது ராமகியன்.

சீதையை மீண்டும் காட்டுக்கு அனுப்புவதன்மூலம் ராமகியனின் ராமன், முழுக்க முழுக்க மானுடத்தன்மைக்கு ஆட்படுகிறான். இந்திய ராமாயணத்தில், சலவைத் தொழிலாளி ஒருவர் சொன்னதற்காக சீதையைக் காட்டுக்கு அனுப்புவதாக வருகிறது. ராமகியனில் இது மாறுபடுகிறது.

உலகின் எந்த ராமாயண வடிவத்திலும் இல்லாத ஒரு திருப்பம் ராமகியனில் உள்ளது. சீதைக்கும் ராமனுக்குமிடையே உள்ள உறவை நிர்ணயிப்பதில் பெரும்பங்கு வகிக்கும் இந்தச் சம்பவம் ராமகியனின் தனித்தன்மை. ராமகியனின் ராமன், சீதையை ஊரார் பேச்சை அடக்குவதற்காகக் காட்டுக்கு அனுப்புவதில்லை. அவளை காட்டுக்கு அழைத்துச் சென்று கொன்றுவிட்டு வரச்சொல்லி லக்ஷ்மணனை ஏவுகிறார். காரணம், மனைவியின் கற்பின்மேல் எழும் சந்தேகம். சீதையின் கற்புக்குக் களங்கம் கற்பிக்கும் சம்பவம் ஒரு சூழ்ச்சியால் ராமகியனில் நிகழ்கிறது.

ராவணவதத்துக்குப் பிறகு விபீஷணன் ஆட்சியில் இலங்கையில் அமைதி திரும்பியபிறகும், சூர்ப்பனகையின் மகளாகிய அடூன், தன் அன்னைக்கு நிகழ்ந்த கொடுமையை மறக்காமல் இருக்கிறாள். ராமனைப் பழிவாங்க சந்தர்ப்பம் பார்த்துக் காத்திருக்கிறாள். அயோத்தியாவில் சீதையின் பணிப்பெண்ணாக வேலைக்கு அமர்கிறாள். சீதையின் அன்பைப் பெறுகிறாள்.

ராமன் காட்டுக்கு வேட்டையாடச் சென்றிருக்கையில், அடூன், சீதையிடம் அன்பாகப் பழகி, இலங்கையில் நிகழ்ந்த சம்பவங்களைக் குறித்துப் பேசத்தொடங்குகிறாள். சீதை, பழைய ஞாபகங்களில் மூழ்கி, அனைத்தைம் விவரிக்கிறாள். அடூன், ராவணன் எப்படி இருப்பான் என்று ஆர்வத்தினால் கேட்க, சீதை, ராவணன் உருவத்தைப் பலகையில் வரைந்து காட்டுகிறாள். சீதை வரைந்து முடிக்கும் நேரத்தில், ராமன் அரண்மனை திரும்புகிறான்.

ராவணன் உருவத்தை வரைந்ததற்காக ராமன் கோபப்படுவானே என்று அச்சம்கொள்ளும் சீதை, பலகையில் வரைந்த உருவத்தை அழிக்க முயல்கிறாள். அடூன், தன் மந்திர சக்தியால் அந்த உருவத்துக்குள் புகுந்து, அதனை அழிக்க இயலாமல் செய்கிறாள். ராமன் அறைக்கு வரும் சத்தம் கேட்கிறது. செய்வதறியாது திகைக்கும் சீதை, பலகையை ராமனின் படுக்கைக்குக்கீழே மறைத்து வைக்கிறாள்.

வேட்டையாடிய களைப்பு தீர படுக்கையில் சாய்ந்து ஓய்வு எடுக்கிறான் ராமன். ஆனால், ராமனின் உடலை மிகுந்த வெப்பத்துடன் உறுத்து கிறது அடியில் இருந்த பலகை. ராமன் படுக்கையை ஆராய்ந்து, பலகையைக் கண்டெடுக்கிறான். அதில் ராவணனின் உருவத்தை கண்டு, அளவுகடந்த கோபம் கொள்கிறான். அதை எழுதியது யார் என்று சினத்துடன் வினவுகிறான். சீதை அதை வரைந்ததாக ஒப்புக் கொள்கிறாள்.

ராமனுக்குள் இருக்கும் மானுடன் தலைதூக்குகிறான். தான் இல்லாத நேரத்தில் சீதை ராவணன் உருவத்தை வரைந்து படுக்கைக்குக் கீழே ஒளித்துவைத்த செயல், சந்தேகம் கொள்ள வைக்கிறது. கட்டுக் கடங்காத சீற்றம் தலைதூக்குகிறது. சீதையின் விளக்கங்களைக் கேட்காமல், அவள் கற்பின்மீது சந்தேகப்பட்டு, ராவணனை இன்னும் மனத்தில் நினைத்துக்கொண்டிருக்கிறாள் என்று சீதையின்மேல் குற்றம் சாட்டுகிறான். தகாத வார்த்தைகள் பேசுகிறான்.

லக்ஷ்மணனை அழைத்து, சீதையைக் காட்டுக்கு அழைத்துச் சென்று கொன்றுவிடச் சொல்லிக் கட்டளை இடுகிறான். அதற்கு சாட்சியாக அவளது இதயத்தை அறுத்து எடுத்துவருமாறு சொல்லும் அளவுக்குக் கொடூரமான முடிவை எடுக்கிறான் ராமகியன் ராமன். காட்டுக்குச் சென்ற லக்ஷ்மணன், சீதையைக் கொல்ல முடியாமல், அவளைக் காட்டிலேயே விட்டுவிட்டு, இறந்துகிடக்கும் ஒரு மானின் இதயத்தைக் கொண்டுவருகிறான். மானின் இதயத்தைச் சீதையின் இதயமாகப் பார்த்த ராமன், கொஞ்சமும் வருத்தமில்லாமல், 'அவள் இதயம்கூட ஒரு விலங்கின் இதயம்போல அழகற்று இருக்கிறது' என்று குரூரமான வார்த்தைகளைப் பேசுவதாக ராமகியன் சொல்கிறது.

மனைவியின் நடத்தை சரியில்லை என்று நம்பும் ஒரு கணவனாக, அப்படி நடத்தை சரியில்லாதவள் கொல்லப்படவேண்டியவள் என்று சாராசரி கணவனுக்கும் கீழாக முடிவுசெய்யும் மானுடனாக, அப்படி நிகழ்ந்தபிறகும் இழப்பு காரணமாகவோ குற்ற உணர்ச்சி காரண மாகவோ வருத்தப்படாமல், சீதை இறந்துவிட்டாள் என்ற நினைப்பில் வாழ்பவனாகவே ராமகியன் ராமனைச் சித்திரிக்கிறது.

லவ குசர்கள் பிறந்து வளர்ந்து, ராமனின் அஸ்வமேத யாகக் குதிரையை இடைமறித்து, ராமன் தரப்பினருடன் போர் புரிந்து, ராமனும் பிள்ளை களும் இணைந்தபிறகுதான் ராமனுக்கு சீதை உயிரோடு இருப்பது தெரிகிறது. மனம் மாறும் ராமனோடு அயோத்தியா திரும்ப மறுத்து, சீதை காட்டிலேயே வசிக்கிறாள். பிள்ளைகள் தந்தையோடு நாட்டில் வளர்கிறார்கள்.

ராமன் – கோன் முகமூடி

இதன்பிறகு ராமனது பாத்திரப் படைப்பில் மாறுதலை உருவாக்குகிறது ராமகியன். மனைவி இல்லாமல் தனிமையில் வாடும் பச்சாதாபத்துக் குரிய பாத்திரமாக ராமனை மாற்றுகிறது. ராமன் தனிமைப்படுத்தப் படுகிறான். மனைவியைத் தவறாக நடத்தியதற்குத் தண்டனையை அனுபவிக்கும் ராமனின் நிலை ராவணவதத்துக்கு முன் ராமன் இருந்த கம்பீரமான நிலைக்கு முற்றிலும் மாறுபட்டதாக உள்ளது. சீதையைத் திரும்ப அழைத்துக்கொள்ள ராமன் செய்யும் முயற்சிகள் ஒரு மானுடனை ஒத்ததாகவே உள்ளன.

சீதையைத் தன்னுடன் வந்து வாழுமாறு ராமன் யாசிக்கிறான். மகன்கள் இருவரையும் அனுப்பி, சீதை வராவிட்டால் தான் இறந்துபோய் விடுவேன் என்று செய்தி அனுப்புகிறான். அதற்கும் சீதை மசிவதில்லை. சீதையைத் திரும்பப் பெற வேண்டி, தன் தவறுக்குப் பரிகாரம் செய்வதைப்போல, இன்னொருமுறை வனவாசம் போகிறான் ராமன். இப்படி பரிதவிப்புக்கு உள்ளாகும் ராமன் அவதார புருஷன் என்ற நிலையிலிருந்து கீழே இறங்கி, நம் கவனத்தை ஈர்க்கிறான்.

தன் தவறை உணர்ந்துவிட்டதாகவும் அயோத்தியா திரும்புமாறும் கேட்கும் ராமனுக்கும் சீதைக்கும் நிகழும் வாக்குவாதத்தை, கிட்டத் தட்ட ஒரு சராசரி கணவனுக்கும் மனைவிக்கு இடையே நிகழும் சர்ச்சை போலவே ராமகியன் சித்திரிக்கிறது.

'என்னை நம்பாமல் என் கற்பின் மேல் களங்கம் சுமத்தித்தானே என்னைக் கொன்றுவிடச்சொல்லி அனுப்பினீர்கள்? இப்போது எந்த முகத்தோடு இங்கே வருகிறீர்கள்? போங்கள். உங்களுக்கு இஷ்டப் பட்டவளைத் தேடிக்கொண்டு அவளுடன் வாழ்க்கை நடத்துங்கள். காட்டில் நான் சுதந்தரமாக இருக்கிறேன். என்னைத் தொந்தரவு செய்யாதீர்கள்' என்கிறாள் சீதை.

இந்தச் சித்திரிப்பில் ராமன் மட்டுமன்றி, சீதையும் கணவனால் கீழ்மையாக நடத்தப்பட்ட மனைவியாக மிக இயல்பாக வெளிப் படுகிறார் என்றே சொல்லவேண்டும். அவளது கோபத்தின் நியாயம், படிப்பவரை எட்டாமல் இல்லை.

தன்னை மன்னித்து, தன்னோடு வந்து இருக்குமாறு யாசிக்கும் ராமனிடம் அவள் தொடர்கிறாள்.

'நான் இங்கே நிம்மதியாக இருப்பது பொறுக்கவில்லையா உங்களுக்கு? இலங்கையில் பாதுகாப்பாக இருந்தபோதே என்னைச் சந்தேகித்தீர்கள். இங்கே காட்டிலே தனியாகப் பத்து வருடங்கள் வாழ்ந்த என்னைப் பற்றி புதிதாகச் சந்தேகங்கள் வரவில்லையா உங்களுக்கு? என்னை மாதிரி நடத்தை கெட்டவளோடு வாழவேண்டாம், போங்கள்!'

ராமனின் மனமாற்றத்துக்கு சீதைமூலம் உருவான அவரது வாரிசுகள்
ஒரு காரணம் என்பதும் இன்னொரு உளவியல்ரீதியான மானுடத்
தன்மையின் நீட்டிப்புதான். அந்தக் கோணத்தை நாடுகிறான் ராமன்.
அவள் வராவிட்டால் குழந்தைகளையாவது தன்னுடன் அழைத்துச்
செல்ல அனுமதி கேட்கிறார். அது சீதையை இன்னும் கோபமுறச்
செய்கிறது.

'என் குழந்தைகள் மட்டும் வேண்டுமா? அவர்களைப் பார்த்தால்
ராவணன் ஜாடையாகத் தெரியவில்லை உங்களுக்கு? நான்தான்
ராவணனை மனத்தில் நினைத்துக்கொண்டு உங்களோடு இருந்த
வளாயிற்றே. அப்படி ஒழுக்கங்கெட்ட மனைவியின் குழந்தைகள்
மட்டும் உங்களுக்கு வேண்டுமா? அனுப்பமுடியாது. அவர்கள் என்
குழந்தைகள்.'

வார்த்தைகளால் ராமனைக் காயப்படுத்தும் நியாயமான கோபத்துடன்
பிடிவாதமான சீதையையும், சமாதானம் செய்ய முடியாத கணவனாக
ராமனையும், மிக இயல்பாகப் படைக்கிறது ராமகியன்.

இருவருக்கும் சமரசம் செய்யவரும் சிவனிடம் சீதை சொல்லும்
வார்த்தைகள் ராமன் குறித்த பாத்திரப் படைப்பின் தன்மையைப்
பெரிதும் வெளிப்படுத்துகிறது. சீதை, ராமனைக் குறித்த நம்பிக்கை
யைத் தான் இழந்துவிட்டதாகச் சொல்கிறாள். சில சமயம் நல்லவ
னாகவும் சில சமயம் கொடுமைக்காரனாகவும் அவன் இயல்பு மாறி
மாறி நடந்துகொள்வதால், அவன்மீதுள்ள நம்பிக்கை சிதைந்துவிட்டது
என்கிறாள். இப்போது தன் பிரிவில் ஏங்கி, தன்னை அழைத்து ஆதரவு
தர விரும்பும் இவன், மீண்டும் தன்னைச் சந்தேகப்பட்டுக் கொல்ல
வரலாம் என்று தான் பயப்படுவதாகச் சொல்கிறாள். ராமகியனின்
ராமனைக் குறித்து, சீதை வெளிப்படுத்தும் மானுடத்தன்மையின்
நுணுக்கமான விமரிசனமாகவே இதனைக் கொள்ள வேண்டும்.

ராமனைக் குறித்த விமரிசனம் ஒன்று கம்ப ராமாயணத்தில் ஓரிடத்தில்
வெளிப்படுகிறது.

இரக்கம் எங்கு உகுத்தாய் ?
பரக்கழி இது நீ பூண்டால் புகழையார் பரிக்கற் பாலார்

என்று, தன்னை மறைந்துநின்று கொன்ற ராமனைப் பார்த்துக்
கேட்கிறான் வாலி. 'நினக்கே உரித்தான அருளை எங்கே சிந்தி
விட்டாய்? பெரும் பழியை நீ ஏற்றுக்கொண்டால் புகழை ஏற்க
வல்லவர் வேறு யாவர் உள்ளார்?' என்று கேட்கும் வாலியின் கூற்று
ராமகியனின் ராமனுக்காகக் கேட்கப்பட்டது போன்றே உள்ளது.
இந்தக் கம்பராமாயண வரிகள் சீதையை ராமன் நடத்திய விதத்துக்குக்

கேட்கப்பட்டது போலவே தோன்றுகிறது. ராமனுடனான சீதையின் உரையாடலும் இதையே பிரதிபலிக்கிறது.

இறுதிவரை ராமகியனின் சீதை ராமனை மன்னிப்பதே இல்லை. சீதையை அடையும் இறுதி முயற்சியாக ராமன் ஒரு தந்திரம் செய் கிறான். தான் இறந்துவிட்டதாக, காட்டில் இருக்கும் சீதைக்குச் செய்தி அனுப்புகிறான். என்னதான் கணவன்மீது கோபம் இருந்தாலும் அவனது இறப்புச் செய்தி சீதையை நிலைகுலையச் செய்கிறது. பதறியபடி, அழுது புலம்பியபடி அரண்மனைக்கு ஓடிவருபவள் முன் ராமன் வந்து நிற்கிறான்.

வந்தவளை திரும்பப் போகமுடியாதவண்ணம் அரண்மணைக் கதவுகளைப் பூட்டிவிடுகிறான். சீதையை வரவழைக்கவே, தான் அப்படி நாடகம் ஆடியதாகச் சொல்கிறான். கபடநாடகம் ஆடித் தன் மனத்தை மாற்ற முயலும் ராமனின் செய்கை சீதையை மிகுந்த ஏமாற்றத்துக்கு உள்ளாக்குகிறது. அந்தச் செய்கையால் மனம் நொந்த சீதை, ராமனை ஏற்க மனம் ஒப்பாமல், தான் நிற்கும் பூமியைத் துளைத்து பாதாள உலகுக்குச் சென்றுவிடுகிறாள். அங்கும் அவளைப் பின்தொடர்கிறான் ராமன். சிவன் தலையிட்டு, இருவருக்கும் சமரசம் செய்து, இருவரையும் இணைத்து, சீதையின் சோதனையையும் ராமகியனையும் முடித்து வைக்கிறார்.

அவதார நோக்கம் முடிந்தபிறகு மானுடனான விஷ்ணுவை வைத்துக் கொண்டு என்ன செய்வது என்கிற சங்கடம் வந்தாற்போல ராமகியன் தவிக்கிறது. மனைவியை விட்டுப் பிரிந்து மறுபடி அவளை அடையத் துடிக்கிற சராசரிக் கணவனாக ராமகியனின் ராமன் பலபடிகள் கீழிறங்கி வருகிறான்.

ராமன் என்கிற பாத்திரத்தின் மானுடமாக்கப்பட்ட மாற்றத்தின் வேர்கள் இந்தியாவின் புத்த, சமண ராமாயணங்களில் உள்ளன. இந்து மதத்தைச் சாராததால் இவை ராமனின் அவதாரக் கோட்பாட்டை ஏற்கவில்லை. ராமனை அறநெறி தவறாத, நல்லொழுக்கம் பழகும் ஒரு மானுடனாக மட்டுமே இவை சித்திரிக்கின்றன.

இதனாலேயே புத்த, சமண ராமாயணங்கள் தசரதனின் புதல்வர்கள் இயற்கையான முறையில் பிறந்ததாகக் காட்டுகின்றன. இறைவன் பிறக்க அக்கினிக் குண்டத்திலிருந்து எழும் தேவன் தரும் பாயசத்தை தசரதனின் மனைவிகள் உட்கொள்ளும் காட்சி, புத்த, சமண ராமாயணங்களில் இடம்பெறுவதில்லை.

ராமனை விஷ்ணுவின் அவதாரம் என்று படைத்து ஆன்மீக உணர்வைப் பரப்பும் வால்மீகியின் நோக்கம்போல, சமண ராமாயணங்களை

இயற்றியவர்களுக்கு வேறு நோக்கங்கள் இருந்தன. அவர்களும் ராமனை, தங்கள் மதக் கொள்கைகளைப் பிரபலப்படுத்தப் பயன் படுத்தினர். ராமன் என்கிற நன்னெறி தவறாத அரசனை சமண மதத்துக் கொள்கைகளின் பிரதிநிதியாக வெளிப்படுத்த அவர்கள் முயன்றனர். அதற்கு ராமன் இறைவனின் அவதாரமாகத் தோன்றவேண்டிய கட்டாயம் இருக்கவில்லை. சமணத்திலும் பௌத்தத்திலும் ராமன் வெறும் மானுடனாகவே தோன்றுகின்றான். ராமகியன், அந்தச் சிந்தனையின் அடிப்படையில் ராமனின் மானுட இயல்பைச் சற்றே அதிகமாக்கித் தந்திருக்கிறது.

கம்பராமாயணத்திலும் ராமன் இறையவதாரத்துக்கு ஒவ்வாமல் சிறிதளவு மனிதத்தன்மையை வெளிப்படுத்துகிறான். சூர்ப்பனகையை ஊக்குவிக்குப்பதுபோல அவள் வேட்கையைத் தூண்டும்வகையில் அவளுடன் உரையாடுவது, வாலியை முழுவதுமாக அறிந்துகொள்ளாம லேயே அவனைக் கொல்வதாக வாக்களிப்பது, லக்ஷ்மணன் எச்சரித்தும் தங்க மானைப் பிடிக்கப்போவது, லக்ஷ்மணன் இந்திரஜித்தால் வீழ்த்தப்பட்டுக் கிடக்கும்போது உணர்ச்சி உந்துதலில் தவறிழைக்காத விபீஷணனைக் கடிந்துகொள்வது என்று ராமன் கம்பராமாயணத்தில் தன் மனித இயல்புகளை வெளிப்படுத்துகிறான். ராமகியன் அந்த ராமனை, அவனது அவதார நோக்கம் முடிவடைந்ததும் அரசனாக, சீதையின் கணவனாக இருக்கும் நிலையில் முழுக்கவே மானுடனாக்கி விடுகிறது.

ராமகியன், இறையவதாரத் தன்மைக்கு இந்து மதத்தையும் பாத்திரப் படைப்புக்கு சமண மதத்து மானுடத் தன்மையையும் எடுத்துக்கொண்டு இரண்டின் கலவையாக ராமனின் பாத்திரத்தைக் கையாண்டிருக்கிறது. ராமனை, விஷ்ணுவின் அவதாரம் என்று தாய் ராமாயணம் ஒப்புக் கொண்டாலும் பாத்திரப் படைப்பில் மானுடனாகச் சித்திரித்த விதத்தில் பக்தி இலக்கியத்துக்கும் அதன் கட்டுப்பாடுகளற்ற சமூகக் கதைக்கும் உள்ள வேறுபாடு இயல்பாக வெளிப்படுகிறது.

நேர்மை, ஒழுக்கம், ராஜ நீதி, சகோதரத்துவம் என்ற கோட்பாடுகளை ராமன் என்ற கடவுளின் மானுட அவதாரம் மூலமாக நம் முன்னோடி யாக வைத்துக்கொண்டிருக்கிறோம். தாய்லாந்து நாட்டவர்களுக்கு அந்த அவசியம் எழுவதில்லை. சமண ராமாயணங்கள்போல தார்மீகக் கோட்பாடுகளை வலியுறுத்த ராமன் என்ற பாத்திரம் மானுடனாக இருந்தாலே போதுமானது என்று முடிவு செய்கிறது ராமகியன். ஏனென்றால் ராமகியன் இந்த நாட்டில் மதத்தை போதிக்கும் நூல் அல்ல.

மேலும், ராமன் என்ற மானுடனை வழி நடத்திச் செல்பவராக மேம்பட்ட ஓர் இந்துக் கடவுளாக, சிவன் ராமகியன் முழுவதிலும் தென்

படுகிறார். அதனால் ராமனை விஷ்ணுவின் அவதாரமாக, இன்னோர் இந்துக் கடவுளாக, அவர் பெருமைகளைச் சொல்லவேண்டிய அவசியம் இல்லை.

தாய்லாந்து ராமனை இந்திய ராமனிடமிருந்து பிரித்துக் காட்டுவது இந்த வேறுபாடுதான். இந்திய ராமன் வழிபட வேண்டியவர். தாய்லாந்து ராமன் பின்பற்றப்பட வேண்டியவர். ராமகியனின் ராமன் சாமானி யனுக்கு எட்டாத விஷ்ணுவின் அவதாரம் இல்லை. சராசரி மானுட னாக, நம்மைப்போல ஒருவன். இந்தப் பிம்பம் இந்தியாவின் கிராமப் புறங்களில் இருக்கும் எண்ணற்ற நாட்டுப்புற ராமாயணக் கதைகளில் தென்படும் ஒரு பிம்பம். வால்மீகி, கம்பன் ஆகியோர் பீடத்தில் ஏற்றி வைத்த காவியங்களில் இருக்கும் ராமனிலிருந்து மாறுபடும் ஒரு பிம்பம்.

ராமகியனின் ராமன், தவறுகள் செய்யும், அந்தத் தவறுகளுக்காக தண்டனைகளையும் ஏற்றுக்கொள்ளும், நம் உணர்வுகளுக்கு அன்னியோன்னியமான ராமன். கடவுளின் அவதாரமாக ஆரம்பித்து அவதார நோக்கம் முடிந்தவுடன் முழுக்க முழுக்க மானுடனாக மாறிப்போகும் ராமன். அவனை பீடத்தில் வைத்து பூஜிக்க இயலாமல் போனாலும், நமக்கு பரிச்சயமான ஒருவனை அடையாளம் கண்டு கொள்ளும் யதார்த்தம் அவனிடம் இருக்கிறது.

4. சீதை எத்தனை சீதையடி!

தமிழ்நாட்டில் ஒரு பழமொழி உண்டு. ராமாயணக் கதையைக் கேட்ட பின், அடிப்படை உறவைக்கூடப் புரிந்துகொள்ள முடியாதவர்களை, 'விடிய விடிய கதை கேட்டு சீதைக்கு ராமன் சித்தப்பா என்கிறாயே' என்பார்கள்.

சீதை- ராமன் உறவு இந்திய ராமாயணத்தைப் பொருத்தவரை எளிதாக இருக்கலாம். கதை கேட்டு முடித்ததும் இந்தக் கேள்வியைக் கேட்டால் கேலிக்கு ஆளாகலாம். ஆனால் விடிய விடிய ராமகியன் கேட்கும் ஒருவர் விடிந்ததும் கண்டிப்பாக, சீதைக்கு ராமன் என்ன உறவு என்றுதான் கேட்பார். ராமகியனும் தென்கிழக்கு ஆசியாவில் இருக்கிற ராமாயண வடிவங்களும் ராமனுக்கும் சீதைக்கும் உள்ள உறவை மட்டும் கேள்விக்கு இடமாக்கவில்லை. சீதைக்கும் ராவணனுக்குமே பல புது உறவுகளைக் கற்பிக்கிறது.

இந்திய ராமாயணத்துக்கும் ராமகியனுக்கும் இடையேயான சீதையின் பாத்திர மாறுதல்களை இரண்டு வகைப்படுத்தலாம். முதலாவது, அவளது பாத்திரத்தின் தன்மை குறித்தது. இரண்டாவது, சீதைக்கும் ராமனுக்கும், சீதைக்கும் ராவணனுக்குமான உறவு முறை குறித்தது.

தீக்குளித்து தன் தூய்மையை நிலைநிறுத்த வேண்டிய துர்பாக்கியச் சூழல் இரண்டு ராமாயணங்களிலுமே சீதைக்கு நிகழ்கிறது. அதேபோல அயோத்தியா திரும்பியபின், சீதையை மறுபடி காட்டுக்கு விரட்டுவதிலும் இரண்டு ராமாயணங்களும் ஒன்றுபடுகின்றன.

இந்திய ராமாயணத்தில், அரசன் பழிச்சொல்லுக்கு அப்பாற்பட்டு இருக்கவேண்டும் என்பதால், நாட்டின் குடிமகன் ஒருவன் எழுப்பிய அவதூறுக்குக்கூட இடம் கொடுக்காமல் தன் மனைவியை ராமன்

காட்டுக்கு அனுப்புகிறான். ஆனால் ராமகியனில், சீதை காட்டுக்கு அனுப்பப்படும் காரணம், சீதையின் நடத்தைமேல் ராமன் சந்தேகப் படுவதால். சந்தேகப்படுவது மட்டுமன்றி, சீதையைக் கொன்றுவிட்டு வரச்சொல்லி லக்ஷ்மணனுக்குக் கட்டளை இடுகிறான் ராமன்.

இந்தத் திருப்பம் சீதையின் பாத்திரத் தன்மையைப் பெரிதும் மாற்றிவிடுகிறது. ராமனின் பாத்திரப் படைப்பு ராவண வதத்துக்குப் பின் மானுடத் தன்மை அடைவதுபோல, காட்டுக்கு விரட்டப்பட்ட சீதையின் பாத்திரத் தன்மை, காரணமில்லாமல் இம்சிக்கப்படும் ஒரு மனைவியின் தன்மைக்கு மாறுகிறது.

பிற ஆடவரால் விரும்பப்படுவது கூடத் தவறு என்ற குற்றவுணர்வுடன் 'உன்னினர் பிறர் என உணர்ந்தும் உய்ந்தேன்' என்று புலம்புகிறாள் அசோகவனத்தில் வைக்கப்பட்டிருக்கும் கம்பராமாயணச் சீதை. ராவணவதம் முடிந்ததும் ராமனைக் காணவரும் சீதை, அவனிடம் முதலில் சொல்லும் வார்த்தை 'எச்சில் என் உடல் உயிர் ஏகிற்றே' என்பதே.

தன்னை ராவணன் கவர்ந்துவந்து சிறை வைத்ததாலேயே தன் உடல் தூய்மை இழந்தது என்று மனவருத்தம் அடையும் சீதையை, ராமன் சந்தேகப்படுவதால் சீதையின் கோபம் முழுக்க முழுக்கப் புரிந்து கொள்ளக்கூடியதாக, அனுதாபத்தைப் பெறுகிறது. சீதையின் வெறுப்பு ராமகியன் முடியும்வரை மாறுவதில்லை. தன்னைக் கொல்ல உத்தர விடும் கணவனை மன்னிக்க இயலாத பெண்ணாக, சீதையின் கோபத்தில் நியாயம் இருப்பதை நம்மால் உணரமுடிகிறது. பிணக்கத் துடன் இருக்கும் நிலையிலேயே ராமகியன், ராமன் சீதை உறவை வைத்திருக்கிறது. சிவனின் சமரச முயற்சியோடு ராமன்-சீதை இணையும்போது ராமகியனும் முற்றுப்பெறுகிறது.

சீதையின் கற்பு சந்தேகிக்கப்படுகிறது என்ற கதைப்போக்கினால் சீதை என்ற பாத்திரத்தின் தூய்மைத் தன்மை களங்கப்படுவது போலத் தோன்றினாலும், உண்மையில் இந்த மாறுதல் ராமன் என்ற பாத்திரத்தின் மேலுள்ள விமரிசனமாகவே தோன்றுவதால் சீதையின் பாத்திரப் படைப்பு அடையும் பாதிப்பு குறைவே. மாறாக, இந்தச் சம்பவம் சீதையின் இன்னொரு பரிமாணத்தை வாசகர்கள்முன் வைக்கிறது.

சீதையைக் கொல்லச் சொல்லும் சொல்லும் ராமகியன் ராமனின் அணுகுமுறை, இந்தியாவிலும் தென்கிழக்கு ஆசியாவிலும் வழங்கும் நூற்றுக்கணக்கான ராமாயண வடிவங்கள் எதிலும் இல்லாதது. ராமன் சீதைமேல் சந்தேகப்படுகிற மாறுதல் சில ராமாயண வடிவங்களில்

தென்பட்டாலும் எந்த வடிவத்திலுமே ராமன் சீதையைக் கொன்று விட்டு வரச்சொன்னான் என்கிற திருப்பம் இல்லை.

சீதையின் பாத்திரத் தன்மை குறித்த இந்த மாற்றம் சீதையின் பிறப்பு குறித்த இன்னொரு முக்கியமான மாற்றத்தின் விளைவாகவும் இருக்கலாம். இந்தியக் கதையாடல்கள் அனைத்திலுமே, சீதையின் பிறப்பு கடவுளின் அவதாரமாக, புனிதமான நிலையில் வைக்கப் பட்டுள்ளது. பாகவதத்தில், சீதை லக்ஷ்மியின் அவதாரம். விஷ்ணு புராணத்தில், சீதை கருப்பையிலிருந்து பிறக்காதவள் என்று சொல்லப் படுகிறது. ஆனந்த ராமாயணம், சீதை நெருப்பிலிருந்து தோன்றினாள் என்கிறது. வால்மீகி ராமாயணம், ஜனகன் யாகபூமியை கலப்பையால் உழும்போது ஒரு பெண் தோன்றினாள் என்றும், கருப்பையிலிருந்து தோன்றாமல் பூமியிலிருந்து தோன்றிய அந்தப் பெண்ணை, ஜனகன் தன்னுடைய பெண்ணாக வளர்த்தார் என்றும் சொல்லுகிறது. கம்பராமாயணமும் அதையே சொல்கிறது. சீதையைச் சுடுசொல் பேசுகிற ராமன்கூட 'புழுவைப் போல நிலத்தினில் பிறந்தமை' என்று சொல்கிறான். ஆக, இந்திய ராமாயணங்கள் அனைத்தும் சீதை ஜனகனின் வளர்ப்பு மகள் என்பதையும் கருப்பையிலிருந்து பிறக்காதவள் என்பதையும் வெளிப்படுத்துகின்றன.

ராமகியனிலும், சீதை லக்ஷ்மியின் அவதாரம்தான். ராவணனை வதம் செய்யவேண்டும் என்று சிவன் நாராயணனை மானுட அவதாரம் எடுத்து பூமியில் அவதரிக்கச் சொல்லும்போது லக்ஷ்மியும் பூமியில் பிறப்பாள் என்கிறார் நாராயணன். ஆகையால் சீதை லக்ஷ்மியின் அவதாரம் என்பதில் ராமகியனில் எந்த வேறுபாடும் இல்லை. ஆனால் சீதையின் பிறப்பைப் பொருத்தவரை ராமகியன் இரண்டு விதத்தில் வேறுபடுகிறது.

முதலாவதாக, சீதையை மானுடக் குழந்தையாகப் படைத்துள்ளது ராமகியன். புத்த, சமண ராமாயணங்களில் சீதை மானுடக் குழந்தை யாகவே சித்திரிக்கப்படுகிறாள். இதே அடிப்படையைப் பின்பற்றி, ராமகியனும் இப்படிச் செய்திருக்கலாம்.

வால்மீகி ராமாயணம் மிகைப்படுத்தப்பட்ட, நம்ப முடியாத கற்பனைகள் கொண்ட, செயற்கையான ஒரு கதை என்ற கருத்தின் அடிப்படையில், சமண ராமாயணம் அந்தக் கதையில் பல மாற்றங் களைச் செய்தது. முதன்மையான மாறுதல், ராமன் சீதை என்ற இரண்டு பாத்திரங்களின் அவதாரத் தன்மையை மறுதலிப்பது. அதனால், ராமனையும் சீதையையும் மானுடர்களாகவே படைத்தன சமண ராமாயணங்கள்.

வால்மீகி ராமாயணத்தில் சீதையின் பிறப்பு சரியாக விளக்கப்படாமல் மர்மமாகவே இருக்கிறது. விஷ்ணுவின் அவதாரமான ராமன் பிறப்பை

அசோகவனத்தில்
சீதையுடன் அனுமன்

விளக்கிய வால்மீகி ராமாயணம், லக்ஷ்மியின் அவதாரமான சீதையின் பிறப்பைச் சரிவர விளக்கவில்லை. ஜனகன் நிலத்தை உழும்போது கிடைத்த குழந்தை என்று பூமியிலிருந்து ஒரு குழந்தையைக் கொண்டு வருகிறது. சமண ராமாயணம், ராமாயணத்தின் மற்ற பாத்திரங்களை உருவாக்கியது போன்றே, சீதையின் பிறப்பையும் உருவாக்க முனைந்தது. அதன் விளைவாகவே, சீதை மானுடக் குழந்தையாக, சமண ராமாயணத்தில் சித்திரிக்கப்படுகிறாள்.

இரண்டாவதாக, ராமகியன், சீதையை ராவணனின் மகள் என்கிறது. சீதை மண்டோதரி வயிற்றில் பிறந்தவள். இது வால்மீகி, கம்ப ராமாயணங்களிலிருந்து வெகுவாக மாறுபடுகிற, அதனால் பல கேள்விகளை எழுப்புகிற கிளைக் கதை.

புத்திரபாக்கியம் வேண்டி தசரதன் செய்கிற புத்திரகாமேஷ்டி யாகத்தின் அக்கினிக்குண்டத்திலிருந்து வெளிப்படுகிற தேவன் தரும் அமிர்தத்தை, தசரதன் தன் மூன்று மனைவிகளுக்கும் பகிர்ந்து கொடுக்கிறான். அவர்கள் கர்ப்பம் தரித்து உண்டாகும் குழந்தைகள்தான் ராமன், பரதன், லக்ஷ்மணன், சத்ருக்கணன் என்கின்ற இந்திய ராமாயணக் கதைகள். இதிலிருந்து ஒரு கிளைக்கதையை உருவாக்குகிறது ராமகியன்.

ராமகியனில், அமிர்தத்துக்கு மாறாக, அன்ன உருண்டைப் பிரசாதம். இந்தப் பிரசாதத்தின் வாசம் இலங்கைவரை எட்டுகிறது. மண்டோதரி, அந்த வாசம் பொறுக்கமுடியாமல் தனக்கும் அதில் பங்கு வேண்டும் என்று ராவணனை வேண்டுகிறாள். ராவணன் அன்ன உருண்டையைக் கவர்ந்து கொண்டுவர, காகனா என்ற அரக்கியை ஏவுகிறான். காகனா, காக்கையாக உருமாறி பிரசாதத்தைக் கவர்ந்துசெல்ல வருகிறாள். அன்ன உருண்டையில் ஒரு பகுதியை எடுத்துச்செல்கிறாள். எடுத்துச்சென்ற பிரசாத உருண்டையை மண்டோதரி உண்டு, கர்ப்பவதியாகி, அவள் பெற்றெடுக்கும் குழந்தைதான் சீதை.

சீதை பிறந்ததும் அவளது ஜாதகம் கணிக்கப்பட, பிறந்த குழந்தையால் தந்தை ராவணன் இறந்துபோவான் என்கிறார்கள் அரண்மனைப் பண்டிதர்கள். ராவணன் குழந்தையைக் கொல்ல வாளை ஓங்குகிறான். மண்டோதரி தடுக்கிறாள். குழந்தையைக் கொல்வதானால் முதலில் தன் உயிர் போகட்டும் என்கிறாள். ராவணன் குழந்தையைக் கொல்லாமல் அதை எங்கேயாவது அப்புறப்படுத்துமாறு சொல்கிறான். குழந்தையைப் பெட்டியில் வைத்து நதியில் விடுகிறார்கள். அந்தப் பெட்டி ஜனகனை அடைந்து அவர் கடவுள் தனக்கருளிய குழந்தையாக எடுத்து வளர்ப்பதாகச் சொல்கிறது ராமகியன்.

ரத்த சம்பந்தமான உறவு இல்லை என்றாலும், சீதை ராவணனுக்கு மகள் என்பது இந்தக் கதையின்மூலம் வெளிப்படும் உண்மை. ராமன்,

சீதை – கோன் முகமூடி

விஷ்ணுவின் அவதாரமாக இருந்தாலும், தசரதனின் மனைவி வயிற்றில் ஜனித்த வழியில் ராமன் தசரதனுக்கு மகன் என்பதுபோல், சீதை ராவணனுக்கு மகளாகிறாள்.

தாய்லாந்தின் அண்டை நாடுகளான கம்போடியா, லாவோஸ் போன்ற நாடுகளின் ராமாயணங்களிலும், சீதை ராவணனின் மகள் என்ற சித்திரிப்பே தென்படுகிறது. லாவோஸ் ராமாயணத்தில், சீதை ராவணனுக்கு மகள் என்பதாக இருந்தாலும் அதற்கான கதை மாறுபடுகிறது. அதைப் பின்னர் பார்க்க உள்ளோம்.

ராமகியனில், சீதை ராவணனின் மகள் என்பதால், ராவணன் தன் மகளையே மோகித்தானா என்ற கேள்வி எழுகிறது. சீதை தன் மகள் என்பதை ராவணன் அறிந்திருக்கவில்லை. தான் மோகிக்கும் பெண் தன் மகள்தான் என்பதை அறியாமல் இருந்ததால் ராவணனைப் பொருத்தவரையில் அந்தச் செயல் மனித உறவுகளைக் கொச்சைப் படுத்தும் இழிவான செயலாக இல்லை. ஆனால் வாசகர்கள் கோணத் திலிருந்து ராவணன் என்ற தந்தை தன் மகளை மோகித்தான் என்பது மறுக்கமுடியாத கதைப் போக்கு. இதன் வேர்களைக் கண்டறிய மறுபடி நாம் சமண ராமாயணத்துக்கே போகவேண்டும். சமண ராமாயணமும் சீதையை ராவணன் மகள் என்கிறது. அதுமட்டுமன்றி, சீதை தன் மகள் என்பதை ராவணன் அறிந்திருந்தான் என்றும் சொல்கிறது, உத்தர புராணம் என்கிற குணபத்திரரின் சமண ராமாயணம்.

ராமகியன், சீதை ராவணனின் மகள் என்ற கோணத்தில் ஒரு கிளைக் கதையை உருவாக்கியதன் நோக்கம் ராமனுக்கும் சீதைக்கும் உள்ள இன்னொரு உறவு முறைக் குழப்பத்தைத் தவிர்ப்பதற்கே என்று எண்ணத் தோன்றுகிறது. ராவணனுக்கு சீதையை மகளாக்கும் இந்தக் கிளைக் கதையை, தர்க்கரீதியாக ஆராய்ந்தால், இன்னொரு முடிவுக்கு வரவேண்டியுள்ளது. அந்த முடிவு ராமனுக்கும் சீதைக்கு உண்டான உறவையும் கேள்விக்குறி ஆக்குகிறது.

விஷ்ணு ராமனாகவும் லக்ஷ்மி சீதையாகவும் அவதாரம் எடுக்க வேண்டும் என்பது தேவர்கள் சித்தம். அதை நிறைவேற்றும் உத்தியாக மானுடர்களாக ஜனிக்கும் சக்தி அடங்கிய பிரசாதம் உண்டாக்கப் படுகிறது என்பதும் கதையில் சொல்லப்பட்டிருக்கும் செய்தி. ராவணன் காகனாவை ஏவி அன்ன உருண்டையின் ஒரு பகுதியைக் கவர்ந்து சென்றதால் சீதையின் பிறப்பு இலங்கையில் ராவணன் மகளாக நிகழ்கிறது. ராவணனின் இடையூறு இல்லாமல் இருந்திருந்தால் பிரசாதம் தசரதனின் மூன்று மனைவிகளுக்கும் போய்ச் சேர்ந்திருக்கும். அப்படி அவர்கள் அதை உண்டு கர்ப்பம் தரித்திருந்தால், சீதையும் தசரதனுக்கே பிறந்திருக்கவேண்டும். அப்படிப் பிறந்திருந்தால் சீதை,

ராமனுக்குத் தங்கை ஆகியிருக்கவேண்டும். அதைத் தவிர்ப்பதற்கே ராமகியனில் பிரசாதம் திருடப்பட்டு மண்டோதரியை அடையும்படி கதை உருவாக்கப்பட்டதோ என்று எண்ணத் தோன்றுகிறது.

சீதை, ராமனுக்குத் தங்கை என்ற ராமாயண வடிவம் லாவோஸ் நாட்டில் இருக்கிறது. இந்த ராமாயணத்தின்படி சீதை ராமனுக்குத் தங்கை மட்டுமல்ல. தங்கையான சீதையை ராமன் மணந்து கொள் கிறான். லாவோஸ் நாட்டு ராமாயணத்தில் மட்டும் இந்த முரண்பாடு இல்லை. ஹெகாயத் செரி ராமா என்ற மலேசிய ராமாயணத்தின் படியும் சீதை ராமனுக்குத் தங்கை என்ற கிளைக் கதை உண்டு.

இந்தக் கிளைக்கதையின்படி தசரதனின் மனைவிகளில் ஒருத்தி மண்டோதரி. அவளை ராவணன் விரும்புவதால் தன்னைப்போலவே இன்னொருத்தியை மாயமாக உருவாக்கி ராவணனிடம் அனுப்பிவிடு கிறாள் மண்டோதரி. பின்னொருநாள், தசரதன், ராவணனின் மனைவி யாக இருக்கும் மாய மண்டோதரியுடன் உறவுகொள்கிறான். அந்த உறவில் பிறந்த பெண்தான் சீதை. இந்தச் சிக்கலான கதையால் தசரதன் இருவருக்கும் தந்தை என்பதால் ராமனுக்கும் சீதைக்கும் அண்ணன் தங்கை உறவு முறை எழுகிறது.

இதன் வேர் இந்தியாவின் புத்த ராமாயணத்தில் உள்ளது. சீதை ராமனுக்குத் தங்கையாகவும் மனைவியாகவும் இருக்கும் உறவுமுறை தசரத ஜாதகா என்ற புத்த ராமாயண வடிவத்திலிருந்து வந்திருக்க வேண்டும். ஜாதகா கதைகள் கி.மு இரண்டாம் நூற்றாண்டில் புத்தரின் முந்தைய பிறப்புகளைக் குறித்து எழுதப்பட்ட நூல். இதில், புத்தரே தன் முந்தைய பிறப்புகளைப் பற்றிச் சொல்கிறார். அதில், புத்தரின் முந்தைய பிறப்பு ராமனாக வாரணாசியின் மன்னன் தசரதனுக்கு மகனாக நிகழ்கிறது. ராமனுக்கு லக்ஷ்னா என்ற தம்பியும் சீதா என்ற தங்கையும் உள்ளனர்.

தசரதனின் இரண்டாம் மனைவி, தன் மகனான பரதனுக்கு அரசாளும் உரிமையைக் கோருகிறாள். ராஜாங்கத்தில் குழப்பத்தைத் தவிர்ப்ப தற்காக, தசரதன் ராமனை, லக்ஷ்னா சீதா இருவரோடும் பன்னிரண்டு வருடங்கள் இமயமலையில் இருந்துவிட்டுத் திரும்பிவருமாறு பணிக்கிறார்.

ராவணனும் வானரங்களும் இல்லாத இந்தக் கதையின்படி பன்னிரண்டு ஆண்டுகள் கழிந்தபிறகு ராமன் ராஜ்ஜியம் திரும்பி, தன் தங்கையான சீதையை மணந்துகொண்டு அரசனாகத் தொடர்கிறான். பண்டைய காலங்களில், குறிப்பாக எகிப்தில் இது போன்ற திருமண முறைகள் பழக்கத்தில் இருந்தன என்பதை நினைவில் கொள்ள வேண்டும்.

லாவோஸ் போன்ற நாடுகளின் சமூக வழக்கங்களில் அண்ணன் தம்பிகளின் வாரிசுகளுக்குள் திருமண உறவு அனுமதிக்கப்பட்டிருக் கிறது. அந்த மண்ணின் பழக்க வழக்கங்களைப் பிரதிபலிப்பதுபோல இருக்கும் புத்த ராமாயணத்தைச் சார்ந்து, தங்கள் ராமாயணத்தை மாற்றி அமைக்க அவர்களுக்குத் தயக்கம் இருக்கவில்லை.

சரி சொல்லுங்கள். சீதைக்கு ராமன் என்ன உறவு?

5. ராமகியனில் பெண்கள்

காவியங்கள், ஒரு நாட்டின் கலாசாரத்தை, அது உருவானபோது நிலவிய சமூக நியதிகளை எந்த வகையிலாவது வெளிப்படுத்துகின்றன. ராமாயணம், பக்தி இலக்கியமாக, மாற்ற இயலாத புனைவாக, வாய்வழியாகப் பல நூற்றாண்டுகள் வழங்கிவரும் கதையைச் சார்ந்து எழுதப்பட்டது. இருந்தாலும், காலத்தால் பின்தங்கிய வடிவங்களில், கதைமாந்தர்களின் நடத்தையில் சிறிதளவாவது நேர்த்தியும் சீரமைப்பும் தென்படுவதற்குக் காரணம், இடைப்பட்ட காலத்தில் சமூகத்தில் ஏற்பட்ட வளர்ச்சிகளும் அதன் விளைவாக கதை புனைபவரின் சிந்தனையில் ஏற்பட்ட பாதிப்புமே.

முக்கியமான பெண் பாத்திரங்களின் தன்மையை வால்மீகி அணுகிய தற்கும், பல நூற்றாண்டுகள் கழித்து கம்பன் அணுகியதற்கும் நுணுக்க மான வேறுபாடுகள் இருப்பதன் காரணம் இதுவாகத்தான் இருக்க வேண்டும்.

ராமாயணத்தின் கதைமாந்தர்கள் மனித உருவில் வந்த தெய்வங்கள், அசுரர்கள், வானரங்கள், மானுடர்கள் என்று நான்கு நிலைகளில் வெளிப்பட்டாலும் அவர்களின் சிந்தனை மற்றும் செயல்பாடுகளில் பெரும்பாலும் மனிதப் பண்புகளையே வெளிப்படுத்துகின்றனர். ராமாயண காலத்து அல்லது அந்தக் கதையை எழுத்தில் வடித்த காலத்தின் சமூக நெறிகளைப் பிரதிபலிப்பவர்கள் என்ற கோணத்தில் அதன் கதைமாந்தர்களில், குறிப்பாகப் பெண்களின் பாத்திரப் படைப்பை விவாதிப்பது சுவாரசியமானது.

ராமகியனில், சீதையைத் தவிர முக்கியமான பெண்களாக நாம் சந்திப்பது நான்கு பேர்: மண்டோதரி, சூர்ப்பனகை, அகலிகை, தாரை ஆகியோர். இவர்களைத் தவிர ராவணனின் மகள், விபீஷணனின் மகள்

என்று இன்னும் ஓரிருவர் சொற்ப நேரம் வந்து போகிறார்கள். இவர்கள் அனைவருக்கும், இந்திய ராமாயணத்தைச் சார்ந்து புனையப்பட்ட கதை இயல்பு பரவலாக இருந்தாலும், அந்த இயல்பை மீறி தனித்தன்மை யுடன் கூடிய ஒரு பொதுப்பண்பு இருப்பது தெளிவாகத் தெரிகிறது. அந்தப் பொதுப்பண்பு, தாய்லாந்து சமுதாயத்தில் பெண்களின் நிலை பற்றிய குறிப்பாகவும் இருக்க வாய்ப்புள்ளது.

வால்மீகி பெண் பாத்திரங்களை விவரித்த தன்மையின் குறைகளை விலக்கி, சிறிய மாற்றங்கள் செய்து, பெண்களின் பாத்திரப் படைப்பைச் சற்று மேன்மைப்படுத்திய கம்பன்கூடப் பல இடங்களில் பெண்களை அவமதிக்கும் கருத்துக்களை, அவரது கதை மாந்தர்கள் மூலம் முன்வைக்கிறார்.

'வாம மேகலை மங்கையரால் வரும் காமம் இல்லை எனின், கடுங்கேடு எனும் நாமம் இலை, நரகமும் இல்லை' என்று வசிஷ்டர் ராமனுக்குச் சொல்கிறார். 'பெண்களின் காரணமாகவே ஆடவருக்கு இறப்பு உண்டாகும், துன்பமும் பழிப்பும் உண்டாகும்' என்று ராமன் சுக்ரீவனுக்குச் சொல்கிறான். ராமன் அவனைக் கொல்ல வந்திருக்கிறான் என்று தாரை வாலியிடம் சொல்ல, அதற்குப் பதிலாக 'நீ பெண் என்ப தற்குப் பொருத்தமாக இப்படித் தவறாகப் பேசிவிட்டாயே' என்கிறான் வாலி. அமைச்சர்களுடன் விவாதம் தொடங்குவதற்கு முன்னர் பெண் களை எல்லாம் சபையிலிருந்து விலக்குகிறான் ராவணன். ராமனுக்கு ஆபத்து என்று அஞ்சும் சீதையின் அறியாமையை 'பெண்மையால் உரைசெய் பெறுதியால்' என்று லக்ஷ்மணன் சொல்கிறான்.

பெண்களுக்கு எதிரான இந்திய ராமாயணத்தின் குறுகிய பார்வையை, கம்பனைவிட வால்மீகியில் இன்னும் பெரிதாக வெளிப்படுகிற பெண்கள் குறித்த குறைபட்ட சித்திரிப்பை ராமகியன் இன்னும் பல மடங்கு அதிகரிக்கிறது. ராமகியனின் பெண்கள் குறித்தான அணுகு முறை சில இடங்களில் வால்மீகியைப் போன்றும், பல இடங்களில் அதற்கும் கீழாகவும் உள்ளது. ராமகியனில் எந்தப் பெண்ணுமே கண்ணியமாகச் சித்திரிக்கப்படவில்லை என்றே சொல்லவேண்டும். கற்பு நிலை சார்ந்த கண்ணோட்டத்தில் ஆராய்ந்தால், அவர்களின் நிலை மிகப் பரிதாபமாக வெளிப்படுகிறது.

அயோமுகி போன்ற அரக்கிகள் அழகான ஆடவர்களைக் கண்ட மாத்திரத்தில் காமுற்று, அவர்களைக் கலவிக்கு அழைக்கும் வெட்கம் இல்லாத பெண்களாகச் சித்திரிக்கப்பட்டிருப்பது அவ்வளவு ஆச்சரிய மில்லை. நல்லோர், தீயோர் என்று இரண்டு பிரிவாக இயங்கும் கதை மாந்தர்களில் அரக்கிகளின் பாத்திரப் படைப்பு வலிந்து சிறுமைப் படுத்தப்பட்டது புரிந்துகொள்ளக்கூடியதே.

கம்பராமாயணத்தில், அனுமன் காணும் இலங்கையில் அரக்கிகள், 'வரம்பின்றி வளர்ந்த காமத்தால்' கள்ளைப் பருகி மகிழ்வோடு இருக் கிறார்கள். அதற்குக் காரணமும் சொல்லப்படுகிறது. அரக்கிகளின் கணவர்கள் பிற மகளிரை விரும்பி நாடிய குற்றத்துக்காக ஏற்பட்ட பிரிவால், அவர்களின் காமம் கொழுந்து விட்டு எரிவதாகச் சொல்லப்படு கிறது. பெண்களை விவரிக்கும் இந்த வரியின் வழியாக ஆண்களின் இயல்பையும் சுட்டிக்காட்டுகிறார் கம்பன்.

'முனிவர்க்கும் மயிர்க்கால் தோறும் காம உணர்ச்சி தோன்றியது' என்று விவரிக்கும்படி யுத்தகாண்டத்தின் இடையில் வெளிப்படும் களியாட்டுப் படலத்திலும் கள்ளுண்ட மாதர் வெளிப்படுத்தும் காமக்களியாட்டத்தை விவரிக்கிறது கம்பராமாயணம். ராமகியன், அதன் தொடர்ச்சியாக அரக்கிகளை காமநோக்கு உள்ளவர்களாகவும், கேலிக்கு உரியவர் களாகவும் சித்திரித்திருக்கிறது.

அசுரப் பெண் மண்டோதரி கம்பராமாயணத்தில், அந்தப் பாத்திரம் பெறும் முக்கியத்துவம் காரணமாக, கண்ணியமான பெண்ணாகச் சித்திரிக்கப்பட்டிருந்தார். ராமகியன் மண்டோதரியையும் அரக்கிகளில் ஒருத்தியாகக் கொண்டு மிகுந்த இழி நிலைக்குத் தள்ளியிருக்கிறது. சிவனை மகிழ்வித்து அவரிடமிருந்து ராவணன் பெற்ற பரிசு மண்டோதரி. மண்டோதரியை அழைத்துக்கொண்டு ராவணன் செல்லும்போது வாலி அவனை இடைமறிக்கிறான். மண்டோதரியை வாலி அபகரித்துக்கொள்கிறான். வாலியுடன் போர் செய்து வெல்ல இயலாமல் ராவணன் போய்விடுகிறான். மண்டோதரி வாலியின் மனைவியாகச் சிறிது காலம் வாழ்ந்து அவன் மூலம் ஒரு வாரிசைப் பெறுகிறாள். அதுதான் அங்கதன்! அதன்பின் ராவணனின் குருவின் சமரசத்தால் மண்டோதரி ராவணனிடமே திரும்பச் சேர்கிறாள்.

இப்படி வாலியுடன் மண்டோதரியை இணைக்கும் ராமகியன், பின்னர் யுத்தகாண்டத்தின்போது மண்டோதரியை இரண்டு கட்டங்களில் கண்ணியக்குறைவாக நடத்துகிறது. ராவணனின் தவத்தைக் கலைக்கும் உத்தியாக, மண்டோதரி ராவணன் முன்பு இழுத்துவரப்பட்டு வன்புணரப்படுகிறாள். இது முதலாவது. இரண்டாவதாக, அரக்க சேனையைக் காப்பாற்றும் யாகம் ஒன்றை மண்டோதரி செய்யும்போது, ராவணன் போல வேடமிட்ட ஒருவனால் புணரப்பட்டு, யாகம் கலைக்கப்படுகிறது. இப்படி யுத்தத்தில் ராவணனை வெல்ல ஒரு பகடைக்காயாக மண்டோதரியின் பாத்திரம் பயன்படுகிறது.

வீழ்ந்து கிடக்கும் ராவணனின் மார்பினைத் தழுவி அழுகிறாள் கம்பனின் மண்டோதரி. அவன் உயிருடன் இல்லை என்பதை உணர்ந்து 'பெருமூச்சு விட்டாள், பின்னர் உயிர் மூச்சு விட்டாள்' என்கிறார் அந்தக் காட்சியை

விவரிக்கும் கம்பன். கணவன் இறந்துபோனது தெரிந்தவுடன் உயிர் நீத்த மண்டோதரியை, ராவணன் இறப்புக்குப்பின் விபீஷணின் மனைவி ஆக்குகிறது ராமகியன்.

வால்மீகி ராமாயணத்தில் சூர்ப்பனகை ஒரு கேலிப் பொருளாகத்தான் சித்திரிக்கப்பட்டிருக்கிறாள். விகாரமான அரக்கியாக வருபவளை அழகியாக வர்ணித்து ராமன் கேலி பேசுவதும், 'என் தம்பி மண மாகாதவன், எனவே அவனைப் போய்க் கேள்' என்று அவளை அலைக் கழிப்பதுமாக சூர்ப்பனகையை வால்மீகியின் ராமன் நியாய உணர்வுடன் நடத்தாதது பொறுக்காமல், கொஞ்சம் மெருகேற்றி, சூர்ப்பனகையை உருமாறவைத்து அழகி ஆக்குகிறார் கம்பன்.

'ஆர் உழை அடங்கும்? அழகிற்கு அவதி உண்டோ' என்று ராமனை வியக்க வைக்கிறாள் கம்பனின் சூர்ப்பனகை. ராமன் அவளை நிராகரித்ததும் இரவு முழுவதும் அவள் படும் பாட்டை சித்திரித்து, 'யாருமிலை என் செய்வேன், காமன் செய்யும் கொடுமை என்னைக் காத்தி' என்று பதினெட்டு பாடல்கள் மூலமாக அவளின் உள் மனத் தவிப்பை வெளிக்கொணர்ந்து கொஞ்சம் அனுதாபத்துக்குரிய பாத்திரமாக ஆக்குகிறார் கம்பன்.

அந்த உள்மன வெளிப்பாடு ராமகியனில் இல்லை. ஆனால் சித்திரிப்பில் கம்பராமாயணத்தை ஒத்திருக்கிறது. கம்ப ராமாயணத்தைப் போலவே ராமகியனிலும் சூர்ப்பனகை அழகியாகத்தான் இருக்கிறாள். அதன்பின் அவர்களுக்கிடையே நடைபெறும் உரையாடலும் கம்பனின் வடிவத்தை ஒட்டியே இருக்கிறது. கருட மற்றும் ஸ்காந்த புராணக் கதைகளைப் போல அவளைத் தாக்குவதில் ராமனுக்கும் பங்கிருக்கிறது என்பது ராமகியன் செய்திருக்கும் ஒரு மாறுதல்.

கணவன் வேடத்தில் வந்திருப்பவன் இந்திரன் என்று தெரிந்தே அவனுடன் கூடி இன்புற்று கணவன் வருமுன் அங்கிருந்து விலகுமாறு உபாயமும் சொல்லும் ஒழுக்கம் கெட்ட மனைவியாக, குறைபட்ட வளாக அகலிகையைச் சித்திரிக்கிறார் வால்மீகி. ஆனால் கம்பன், தனக்குரிய தனித்தன்மையோடு காட்சியமைப்பையும் பாத்திரத்தன்மை யையும் நுணுக்கமாக மாற்றி, 'நெஞ்சினால் பிழைப்பிலாள்' என்று சொல்லி அவள் பாத்திரத்தை மெருகேற்றுகிறார். ராமகியனோ, அகலிகையை வால்மீகிக்கு ஒரு படி கீழேபோய் ஒழுக்கக்குறைவான வளாகப் பல ஆண்டுகள் வாழவைத்திருக்கிறது.

ராமகியனில் வரும் அகலிகையின் பெயர் கால அச்சனா. கௌதம முனிவருக்கும் (ராமகியனில் அவர் கோதமா என்னும் அரசனாக இருந்து முனிவரானவர்) அவளுக்கும் சுவாஹா என்கிற பெண் குழந்தை

இருக்கிறது. அகலிகைக்கு, இந்திரன் மூலமாக ஒரு குழந்தையும் சூரியன் மூலம் ஒரு குழந்தையும் பிறக்கிறது. கௌதம முனிவருக்கு இது தெரியாது. அவர்கள் தன் பிள்ளைகள் என்று எண்ணியே வளர்க்கிறார். ஆனால், சுவாஹாவுக்கு தன் தாயைப் பற்றிய உண்மை தெரிந்திருக்கிறது.

ஒரு நாள் நதியில் நீராட தன் மூன்று குழந்தைகளையும் அழைத்துச் செல்லும் கௌதமர், வயதில் சிறியவர்களான இரண்டு குழந்தைகளைத் தூக்கிக்கொண்டு, சுவாஹாவை நடந்து வரச்சொல்லி அழைத்துப் போகிறார். சுவாஹா தந்தையின் செயலால் கோபமடைந்து, 'தன் குழந்தையைக் கால் வலிக்க நடந்துவரச் சொல்லிவிட்டு, ஊரார் பிள்ளைகளைத் தூக்கிக்கொண்டு போகிறார், பார்' என்கிறாள். கௌதமர் அதிர்ச்சி அடைகிறார். அவளிடம் அப்படிப் பேசியதற்கான காரணத்தைக் கேட்கிறார். சுவாஹா தனக்குத் தெரிந்த உண்மையைச் சொல்கிறாள்.

கௌதமர் இத்தனை நாளாகத் தான் ஏமாற்றப்பட்டதை உணர்ந்து கடும் கோபம் கொள்கிறார். மூன்று குழந்தைகளையும் நதியில் தூக்கி எறிந்து, 'எனக்குப் பிறந்த குழந்தைகள் மட்டும் நீந்திக் கரை ஏறி என்னை வந்து அடையட்டும். மற்றவை குரங்குகளாகப் போகட்டும்' என்று சபிக் கிறார். சுவாஹா மட்டும் நீந்தி அவரை அடைகிறாள். மற்ற இரண்டும் வானரங்களாகக் காட்டில் ஒடுங்கிவிடுகின்றன. அந்த இரண்டு குரங்குகளும்தான் வாலியும் சுக்ரீவனும். கௌதமர், அகலிகையைக் கல்லாகச் சமைந்து போகுமாறு சபிக்கிறார் என்கிறது கிளைக் கதை.

அகலிகையின் இந்த ஒழுக்கமற்ற நிலை தேவர்கள் சித்தம் என்கிறது ராமகியன். விஷ்ணு மானுடனாக அவதாரம் எடுத்து ராவணவதம் செய்ய வரும்போது, அவருக்குத் துணை வேண்டும் என்று வேசுஜனன் என்கிற தேவனை ராவணனின் தம்பியாக அவதரிக்க வைக்கிறார் சிவன். அதுபோல தேவர்கள் ராமனுக்குச் சேனை ஒன்று தேவைப்படும் என்று அவருக்கு இரண்டு தளபதிகளைத் தந்து உதவ, அகலிகையுடன் கூடி இரண்டு குழந்தைகளை உருவாக்குகிறார்கள் என்கிறது ராமகியன். இந்திய ராமாயணத்திலும் இதன் வேர்கள் இருந்தாலும் சித்திரித்த விதத்தில் பெரிதும் மாற்றம் பெற்றிருக்கிறது ராமகியன்.

வால்மீகி ராமாயணத்தில் தாரை, வாலியின் இறப்புக்குப் பின் சுக்ரீவனுடன் இணைந்து வாழ்கிறாள். கம்பன் இந்தச் செயலில் ஒப்புதல் இல்லாமல், தாரையை சுக்ரீவனின் அண்ணியாக மதிப்புக்குரிய இடத்தில் வைத்தார். சுக்ரீவன் ஆட்சிப் பொறுப்பை ஏற்றவுடன் 'அன்னாள் தாய் என தாரையை வணங்கி' ஆட்சி செய்தான் என்கிறார் கம்பன். சுக்ரீவனைக் காணவரும் லக்ஷ்மணன் 'மாங்கல்யத்தை ஒழித்து, அணிகளை அணியாமல், மலர்கள் சூடாமல், கைம்மைக் கோலத்தில்

தன்முன்னே வந்து நின்ற தாரையைக் கண்டதும் தன் தாயின் நினைவு வந்து கண்கலங்கினான்' என்கிறார் கம்பன்.

ராமகியனும், வால்மீகி ராமாயணத்தைப் போன்று அண்ணன், தம்பி இருவருடனும் வாழவேண்டிய நிலைக்குத் தாரையைத் தள்ளுகிறது. ஆனால் தாரை சுக்ரீவனின் மனைவியாகத் தொடர்வது ஒரு கிளைக்கதை மூலம் நியாயப்படுத்தப் பட்டிருக்கிறது ராமகியனில்.

இந்திய ராமாயணத்தில் வாலி, மாயாவியுடன் போர் புரிந்து வெளியே வரும்போது, சுக்ரீவன் தன்னை ஏமாற்றிவிட்டு ஆட்சியை அபகரித்துக் கொண்டான் என்ற தவறான எண்ணத்தால் சுக்ரீவனுடன் போர் புரிந்து அவனை விரட்டி அடிக்கிறான். அதோடு நில்லாமல் அவன் மனைவி யாகிய ருமையையும் தன்னுடைய மனைவி ஆக்கிக்கொள்கிறான். இந்த நெறிதவறிய செயல்தான் ராமன் அவனைத் தண்டிப்பதற்குக் காரணம் ஆகிறது. ராமகியனில் வாலி, தம்பியின் மனைவியை அபகரித்த அதர்மச் செயலைச் செய்கிறான். ஆனால் அது ருமை அல்ல. தாரை.

ராமகியன், தாரையே சுக்ரீவனுக்குச் சொந்தமானவள் என்று ஒரு கிளைக்கதை மூலம் வாலியின் தவறின் ஆழத்தை அதிகப்படுத்துகிறது. ராமகியன்படி, தாரை சுக்ரீவனுக்கு மனைவியாவதற்காக சிவனால் கொடுக்கப்பட்டவள். தம்பிக்கு மனைவியாகக் கொடுக்கப்பட்டவளை வாலி அபகரித்துக்கொள்கிறான். ஆகையால் வாலி இறந்தபின்பு சுக்ரீவனுடன் அவள் வாழத்தொடங்குவதாகச் சித்திரிக்கும் வால்மீகி ராமாயணத்தின் களங்கம், ராமகியனில் இல்லை. சுக்ரீவனுக்கு உண்டானவள் அவனையே போய் அடைகிறாள் என்ற வகையில், அது நியாயப்படுத்தப்படுகிறது ராமகியனில்.

சுவர்னமச்சா என்கிற ராவணனின் மகளும், பெஞ்சகாயா என்கிற விபீஷணனின் மகளும் ராமகியனில் வரும் இதரப் பெண்கள். இவர்கள் ராமனை வெல்லும் போர் உபாயங்களில் வெறும் பகடைக்காய்களாகப் பயன்படுத்தப்படுகிறார்கள். சுவர்னமச்சா சேதுப்பாலம் கட்டும் பணியில் இடற்பாடுகளை ஏற்படுத்த ராவணனால் அனுப்பப்படுகிறாள். பெஞ்சகாயா, சீதை வடிவில், இறந்துபோனவளாக, ராமன் நீராடும் நதியில் மிதக்கப் பணிக்கப்படுகிறாள். இருவரும் பாத்திரப்படைப்புக்கு எந்த மெருகும் சேர்க்காமல் உடனே சோரம் போய்விடுகிறார்கள்.

இந்திரஜித்தின் மனைவி, இந்திரஜித் இறந்தபிறகு ராவணன் கட்டளை யால் வேறொருவருடன் படுக்கையைப் பகிர்ந்துகொள்கிறாள். ஆங்காங்கே வரும் ஒரிரு பெண் பாத்திரங்களும் ஆடவர்களின் அணைப்பில் மயங்கி அவர்கள் வேண்டும் உதவியைத் தருகின்றனர். ராமகியன் முழுக்கவே, எந்தப் பெண்ணும் பாத்திரப் படைப்பில் அழுத்தம் இல்லாமல், நினைவில் நிற்காமல் கரைந்துவிடுகிறார்கள்.

பெண்களை இப்படிக் கீழ்மையான சித்திரிப்புக்கு ஆட்படுத்தும் ராமகியன், சிவனின் துணையான பார்வதியையும் விட்டுவைக்க வில்லை. சாய்ந்து கிடந்த கைலாய மலையை ராவணன் தூக்கி நிறுத்திய தால் மனம் மகிழ்ந்த சிவன், அவனுக்கு என்ன வரம் வேண்டுமானாலும் தருவதாகச் சொல்கிறார். ராவணன் வேண்டுவது பார்வதியை!

சிவன் அதிர்ச்சியடைந்தாலும், தருவதாகச் சொன்ன வரத்தைத் தந்துதானே ஆகவேண்டும்? எனவே பார்வதியை ராவணனுக்குத் தருகிறார். ராவணன் பார்வதியைத் தீண்டமுடியாதவாறு அவளது மேனி அக்கினியாகத் தகிக்கிறது. ஆனாலும் பார்வதியைத் தலைக்குமேல் வைத்துத் தூக்கிச் செல்கிறான் ராவணன். பார்வதியைக் காக்கும் பணி விஷ்ணுவுக்குத் தரப்படுகிறது.

விஷ்ணு, ஒரு தோட்டக்காரன் போல ராவணன் போகும் பாதையில் அவனை எதிர்கொள்கிறார். வேர் மேல்பக்கமாகவும் விளையும் செடியை மண்ணிலும் வைத்துப் புதைத்து, இந்தச் செடி வளரவில்லையே என்று ராவணனிடம் புலம்புகிறார். ராவணன் தோட்டக்காரனின் முட்டாள் தனத்தைக் கடிந்து, 'வேர்தானே மண்ணில் இருக்கவேண்டும், இது தெரியாமல் பயிர் செய்கிறாயே' என்கிறான். விஷ்ணுவோ, 'உனக்கென்று அழகான பெண்கள் இருக்க, இன்னொருவர் மனைவியை, அதுவும், இப்படி அனல் தகிக்கும் ஒரு பெண்ணைத் தூக்கிக்கொண்டு போகும் முட்டாள்தனத்தை ஒப்பிட்டால், என்னுடைய முட்டாள்தனம் பரவா யில்லை' என்கிறார். ராவணன் தன் தவறை உணர்ந்து பார்வதியை சிவனிடம் திருப்பித் தருகிறான். கைலாயத்தில் பார்வதியின் பணிப் பெண்ணாக இருக்கும் மண்டோதரியை பதிலுக்குப் பெற்றுச் செல்கிறான். இப்படிச் செல்கிறது ராமகியன்.

தாய்லாந்து நாடு, பெண்களைப் பெரிதும் போகப்பொருளாக நடத்தும் நாடு. மேலும் அந்தச் செயலில் எந்தக் குற்ற உணர்வையும் வெளிப் படுத்தாத நாடு. பெண்களின் இந்த நிலையை அரசு, சமூகம், குறிப்பாக அதன் பெண்கள், எந்த உறுத்தலும் இல்லாமல் ஏற்றுக்கொண்ட நாடு. ஆகையால் பெண்களை ஆன்ம பலம் அற்றவர்களாக, வெறும் போகப் பொருள்களாகச் சித்திரிக்கும் மனப்பான்மை, இந்த நாட்டின் கலாசார நிலைப்பாட்டின் குறியீடாக இருக்கலாம் என்ற வாதம் தோன்றாமல் இல்லை.

இந்த முரண்களின் ஊற்றும் இந்தியாவிலிருந்தே ஜனித்திருப்பது விவாதத்துக்கு உரியது. இந்தக் காவியங்கள் உருவான காலகட்டத்தின் சிந்தனையின் பிரதிபலிப்பாகவும், ஆண் மைய வாழ்க்கை முறையின் அடையாளமாகவும் இது உள்ளது.

6. வாலி வதம்

இந்திய ராமாயணத்தில், வாலி வதம் ராமனின் பாத்திரத்துக்கு ஒரு களங்கமாக ஆண்டாண்டு காலமாக அவனைத் துரத்தி வந்திருக்கிறது. 'என்ன விலங்கியே மறைந்து வில்லால் எய்தியது என்னை' என்று வாலி கேட்பதற்கு ராமன் மௌனம் சாதிக்க, அவன் சார்பில் லக்ஷ்மணன்தான் மறுமொழி தரவேண்டிய நிலை உள்ளது. எவ்வளவோ விளக்கங்கள் அளிக்கப்பட்ட பின்னும், சராசரி வாசகன் ஒருவனால் உணர்வுரீதியாக முழுமையாக ஒப்புக்கொள்ள முடியாத நிகழ்வுதான் வாலி வதம்.

ராமகியன் அந்த நெருடலான வாலி வதத்தை மிகச் சாதுரியமாக அணுகியுள்ளது. வாலி வதத்துக்கான வாதம் இரண்டு விதங்களில் சொல்லப்பட்டுள்ளது. ராமனின் கதைக்கு அப்பாற்பட்டு விரியும் ஒரு கிளைக்கதை முதலாவது. ராமன்மேல் களங்கம் வராமல் வாலிவதக் காட்சியை நயமாக மாற்றி அமைத்துச் சித்திரித்த விதம் இரண்டாவது.

புலவர் கீரனின் ராமாயணச் சொற்பொழிவில் அவர் சொன்ன விளக்கம் இங்கே நினைவுகூரத் தக்கது. வாலி வதத்துக்கான காரணத்தை ராமாயணத்துக்கு வெளியே தேடவேண்டும் என்பார் கீரன். அவர் காட்டும் உதாரணம் அழகானது.

ஒரு நாடகம் நடக்கிறது. நாடக ஆசிரியரும் இயக்குனரும் பாத்திரங் களைப் படைக்கும்போது ஒவ்வொரு பாத்திரத்துக்கும் ஒரு குறிக் கோளை வைத்து, அதற்கேற்றபடி வசனங்களை அமைத்து, பாத்திரங் களை மேடையில் உலவவிடுகிறார்கள். நடிகர்கள், இயக்குனரின் இயக்கத்துக்குக் கட்டுப்பட்டு, தன் பாத்திரத்தின் தன்மை உணர்ந்து, குறிக்கோள் மாறாமல் நடிக்க வேண்டும். ஆனால் ஏதாவது ஒரு பாத்திரம் தன் தன்மையைத் துறந்து, வசனங்களை மறந்து, மேடையில் பிதற்ற ஆரம்பித்தால் என்ன ஆகும்? நாடகமே திசை திரும்பிவிடும் அல்லவா?

அனுமனை ஏற்கும் ராமன். அருகில் லட்சுமணன்.

அப்போது இயக்குனர் என்ன செய்வார்? அந்த நடிகரை எப்படியாவது அப்புறப்படுத்த முனைவார். வேறு பாத்திரம் ஒன்று மேடையில் நுழைந்து ஏதாவது வசனத்தைச் சொல்லி, அந்தப் பாத்திரத்தை உள்ளே அனுப்பும்.

வாலியை, தன் குறிக்கோள் மறந்த பாத்திரம் என்கிறார் கீரன். அரக்கர்களை ஒடுக்க தேவர்கள் தங்கள் சார்பில் யாரையாவது பூலோகத்தில் அனுப்பி அவர்களை அடக்கிவந்த நாடகத்தில் நடிக்க அனுப்பப்பட்ட ஒரு பாத்திரம்தான் வாலி. வாலியின் பராக்கிரமங்களில் ராவணன் ஒடுங்கிப்போயிருந்த சமயம் அது. ராவணனைச் சிறைப்பிடித்து தன் குழந்தையின் தொட்டிலின் மேல் விளையாட்டு பொம்மையாகத் தொங்கவிட்ட வலிமை உள்ளவன் வாலி. தன்னை எதிர்ப்பவரின் பலத்தில் பாதியை அடைபவன் வாலி.

ராவணனைக் கொல்லும் வலிமை உள்ள ஒரே பாத்திரம் வாலிதான். வாலி இடம்விட்டு எழுந்தால் அதிர்ச்சியால் மலைகள் இடம்விட்டுப் பெயரும். வாலால் ராவணனின் இருபது தோள்களைப் பிணைத்தவன். ராவணனை 'சுந்தரத் தோள்களோடும் வாலிடைத் தூங்கச் சுற்றி சிந்துரக் கிரிகள் தாவித் திரிந்தவன்' என்கிறார் கம்பன். தேவர்களும் அசுரர்களும் களைத்து நிற்க, மந்திர மலையை நட்டு வாசுகிப் பாம்பால் பாற்கடலைத் தனி ஒருவனாகக் கடைந்தெடுக்கக்கூடிய தோள்வலிமை உடையவன் வாலி.

கால் செலாது அவன் முன்னர்
கந்தவேள் வேல் செலாது அவன் மார்பில்

என்கிறான் அனுமன் வாலியைக் குறித்துச் சொல்லும்போது.

வாலி இறந்தபின்னும் அவன் ஆற்றல் குறித்துச் சொல்வதை நிறுத்துவதில்லை கம்பன். யுத்தகாண்டத்தில் இந்திரஜித் நாகாஸ்திரம் பிரயோகித்து அனுமனைக் கட்டிப்போடும்போது அதற்கு உவமை சொல்ல வாலியை நாடுகிறார் கம்பன். 'இராவணன் புயத்தை வாலி வால் பிணித்தென்ன, சுற்றிப் பிணித்தது வயிரத் தோளை' என்கிறார்.

இத்தனை சிறப்புகளையும் வைத்துக்கொண்டு, வாலி தவறு செய்கிறான். ராவணனை அழிப்பதற்குபதில், தன் பாத்திரத்தின் குறிக்கோள் மறந்து ராவணனை வாழவிடுகிறான். அந்தத் தவறைச் செய்த பாத்திரத்தை நாடகத்திலிருந்து நீக்கவேண்டியது இயக்குனரான விஷ்ணுவுக்கு அவசியமாகிறது. திரை மறைவிலிருந்து இயக்குனர் மெல்ல நடிகரை வெளியேற்றிவிடுவது போல் மறைந்திருந்து கொன்று விட்டான் ராமன் என்கிறார் கீரன். ராமகியனும் அதைத்தான் செய்கிறது.

ராமகியனில் வாலி வதத்துக்கான காரணமும் நியாயமும், ராமனின் பிறப்புக்கு முன்னரே சொல்லப்பட்டுவிடுகிறது.

வாலிக்கும் சுக்ரீவனுக்கும் அவர்கள் செய்த வீரமுள்ள செயலுக்காகப் பரிசு தருகிறார்கள் சிவனும் விஷ்ணுவும். அதைப் பெற்றுக்கொள்ள வாலி இருவர் சார்பாகவும் கைலாயத்துக்குப் போகிறான். சிவன் வாலிக்கு, தன்னை எதிர்ப்பவர்களின் பலத்தில் பாதியைப் பெறும் வரத்தைப் பரிசாகத் தருகிறார். அத்துடன், சுக்ரீவனுக்கான பரிசை ஒரு பெட்டியில் வைத்து, வாலியிடம் கொடுத்து, அவனிடம் சேர்ப்பிக்கச் சொல்கிறார்.

வாலி, பெட்டியில் என்ன இருக்கிறது என்று கேட்கிறான். சுக்ரீவனுக்கு ஒரு நல்ல மனைவியைப் பரிசாக அனுப்புவதாகச் சொல்கிறார் சிவன். அந்த மனைவிதான் தாரை! விஷ்ணு இடைமறித்து, தம்பிக்கு மனைவி யாகப் போகிறவளை வாலியிடம் கொடுத்து அனுப்புவது முறையல்ல; அவளை சுக்ரீவனிடமே நேரடியாகச் சேர்ப்பிக்கலாம் என்கிறார்.

வாலி, அந்தப் பெட்டியைத் தம்பியிடம் பத்திரமாகச் சேர்ப்பித்து விடுவதாக உறுதிகூறுகிறான். தன் தம்பிக்கு உரியதைத் தான் எடுத்துக் கொள்ளமாட்டேன் என்று சத்தியம் செய்கிறான். விஷ்ணு நம்பிக்கை யில்லாமல் மறுக்கிறார். வாலி 'தாரையை நான் எடுத்துக்கொண்டால் அதற்குத் தண்டனையாக நீங்களே உங்கள் கையால் என்னைக் கொன்றாலும் எனக்குச் சம்மதமே' என்கிறான். பெட்டி அவன் கைக்கு வருகிறது.

வரும் வழியில், அடக்கமுடியாத ஆர்வத்தில் பெட்டியைத் திறந்து பார்க்கிறான் வாலி. உள்ளே இருப்பவளின் அழகில் மயங்கி முற்றிலு மாகத் தன் நிலையை மறக்கிறான். அவளைத் தன்னுடையவளாக ஆக்கிக்கொள்கிறான். தான் விஷ்ணுவின் கையாலேயே இறப்பதற்கான காரணத்தை, இந்தச் செய்கையின் மூலம் வாலியே உருவாக்கிவிடு கிறான். அவன் நெறிதவறிய செயலுக்கான தண்டனையைத்தான் ராமனாகிய விஷ்ணு அவனுக்கு அளிக்கிறார் என்ற விளக்கத்தை, ராமனின் பிறப்புக்கு முன்னரே உருவாக்கப்பட்ட காரணத்தின் மூலம் சொல்கிறது ராமகியன். ராமன் அதைச் செயல்படுத்தும் காரியத்தை மட்டும் செய்கிறான். அவ்வளவே. வாலி இறக்கவேண்டும் என்று முன்னரே அவனே ஒப்புக்கொண்டபடி நடைபெறும் ஒரு சம்பவத்தில் ராமன் வெறும் கருவி மட்டுமே.

வாலி கொல்லப்படவேண்டியவன் என்ற நியாயம் கற்பிக்கப்பட்டா யிற்று. எஞ்சி நிற்பது ராமன் மறைந்து நின்று கொன்றதால் விளைந்த அவப்பெயர். அதையும் மிக அழகாகக் கையாள்கிறது ராமகியன்.

வாலியைக் கொல்ல ராமன் அம்பை விடுகிறான். பழுத்த வாழைப் பழத்தைத் தைத்துச் செல்லும் ஊசியைப் போல எளிமையாக ராமனின்

பாணம் வாலியின் நெஞ்சை ஊடுறுவது கம்பராமாயணத்தில்தான். ராமகியனில், அழகான திருப்பமாக, அந்த அம்பு வாலியைக் கொல்வ தில்லை. வாலிதான் அதீத பராக்கிரமங்கள் உடையவனயிற்றே. அவனை அந்த அம்பு கொல்லுமா? ராமன் வில்லிலிருந்து கிளம்பிய 'சொல்லொக்கும் கடிய வேகச் சுடுசரத்தை' தன் கைகளால் பிடித்து விடுகிறான் வாலி.

வாலி தன் கைகளால் ராமனின் அம்பைப் பிடிக்கும் காட்சி கம்பனின் கற்பனையில் உதித்த ஓர் இழையின் விரிவான படிமமே ஆகும். கம்பராமாயணத்தில் வாலியின் உடலில் அம்பு தைத்தபிறகு, வாலி தன் கைகளால் அந்த அம்பைப் பிடிக்கிறான். அதன்பின் தீவிரமாகப் போராடி, அந்த அம்பைத் தன் மார்பிலிருந்து பறித்து எடுத்துவிடு கிறான். அந்தச் செயலைப் பார்த்த தேவர்களும் அசுரர்களும் தோள்கள் பூரிக்கப்பெற்றார்கள் என்கிறார் கம்பன். அந்தச் சிந்தனையின் கருத்தை உள்வாங்கி, அம்பு உடம்பில் தைப்பதற்கு முன்பே அதைப் பிடித்து விடுவதாக மாற்றியிருக்கிறது ராமகியன்.

பிடித்தபின் அந்த அம்பை எய்தவரைத் தேடுகிறான் வாலி. அம்பில் பொறித்திருக்கும் பெயரைப் பார்க்கிறான். ராமன் பெயர் தெரிகிறது. ராமன் மறைவிலிருந்து வெளிப்படுகிறான். 'ஏன் என்னைக் கொல்ல மறைவிலிருந்து அம்பு எய்தாய் ராமா?' என்று கேட்கிறான் வாலி. 'வீரம் அன்று விதி அன்று' என்றும் 'நீ என்னை அழிக்கவில்லை, அரச அறத்தின் வேலியையே அழித்துவிட்டாய்' என்றும் 'ஆயுதம் ஏந்தாதவன் மார்பில் அம்பை எய்யவா, நீ விற்போரில் வல்லவன் என்கிறார்கள்?' என்றும் ராமனைக் கேள்விக் கணைகளால் தாக்கும் கம்பனின் வாலி போலத்தான் ராமகியனின் வாலியும் ராமனைச் சரமாரியாகக் கேள்விகள் கேட்கிறான்.

இருவருக்கும் வாதப் பிரதிவாதங்கள் நிகழ்கின்றன. தன்னைக் கொல்ல ராமனுக்கு எந்தக் காரணமும் இல்லை என்று வாலியும், ஏன் வாலி கொல்லப்படவேண்டியவன் என்று ராமனும் வாதம் புரிகிறார்கள்.

அருமை உம்பிதன் ஆருயிர் தேவியை
பெருமை நீங்கினை எய்தப் பெறுதியோ

என்று தம்பியின் மனைவியைக் கவர்ந்து நெறி தவறிய குற்றத்தை எடுத்துரைக்கும் முக்கியமான ராமனின் வாதத்தில், வாலி தன் தவறை உணர்கிறான். இந்த இடத்தில் ராமன் தன் அவதார நிலையை மறந்து, கடவுளின் நிலைக்கு மாறி, வாலி, சிவபெருமான், விஷ்ணு மூவருக்கும் இடையே நிகழ்ந்த, தாரை குறித்த உரையாடலை நினைவுகூர்கிறான். ராமகியனின் வாலிவதத்தின் திருப்புமுனை அங்கேதான் வருகிறது.

வானர அரசன் வாலி

தான் கொல்லப்படவேண்டியது நியாயம்தான் என்று உணர்ந்த வாலி கையிலிருக்கும் ராமனின் அம்பை, தானே தன் நெஞ்சில் செலுத்தி, தன் உயிரை மாய்த்துக்கொள்கிறான் என்று அற்புதமாக அவன் கதையை முடிக்கிறது ராமகியன்.

ராமகியனின் நயம் மிகுந்த பகுதியாக வாலி வதத்தைச் சொல்லலாம். எழுதப்பட்ட விதத்தில், 'மறைந்து நின்று கொல்லல்' என்கிற களங்கமுள்ள சம்பவத்தை மிக அழகாக மாற்றியமைத்துள்ளது.

இரண்டு வகையில் பாத்திரப் படைப்பு ராமகியனில் செழுமைப் படுத்தப்பட்டுள்ளது.

ராமனின் செயல் வாலியின் தவறைச் சுட்டிக்காட்டுவதுடன் நின்று விடுகிறது. வாலி கொல்லப்படவேண்டியவன்தான் என்று ராமன் வாதம் புரிவதோடு நிறுத்திய விதத்தில் ராமனின் பாத்திரத்தை உயர்த்தி யிருக்கிறது ராமகியன். அம்பை எய்தாலும் வாலியின் உயிரை மாய்க்காததால் ராமன் அந்தப் பழியிலிருந்து விடுபடுகிறான். மேலும் வாலி தன் உயிரை மாய்த்துக்கொள்ள விழையும்போது அவனைத் தடுக் கிறான் ராமகியனின் ராமன். 'உன்னைக் கொல்லவேண்டும் என்பது என் நோக்கமல்ல. நீ தவறை உணர்ந்ததே போதும். எய்த என் அம்பின் இலக்காக உன் உடம்பிலிருந்து ஒரு துளி ரத்தத்தை அளித்தால் போதும்' என்கிறான் ராமன். ஆனால் வாலி, அப்படிச் செய்தால் தன் தவறுக்கு தண்டனை கிடைக்காது என்று வலியவே தன் உயிரை மாய்த்துக்கொள் கிறான் என்கிறது ராமகியன்.

கம்பராமாயணத்திலும் வாதங்கள் நிகழ்கின்றன. ஆனால் வாதத்துக்கு முழுமையாகப் பதிலளிக்க இயலாத நிலையிலேயே கம்பனின் ராமன் நின்றுவிடுகிறான். 'நான் தவறு செய்தவனாகவே இருக்கட்டும். ஆனால் வேடர்கள் மறைந்து நின்று விலங்குகள்மீது அம்பு எய்வதுபோல, நீயும் மறைந்து நின்று அம்பு எய்ததன் காரணம் யாது?' என்ற வாலியின் கேள்விக்கு ராமன் பதில் சொல்வதில்லை. லக்ஷ்மணன்தான் பதில் சொல்கிறான். அந்தக் கேள்வி ராமகியனில் எழுவதில்லை. தம்பியின் மனைவியை அபகரித்த தவறைச் சுட்டிக்காட்டியவுடன் வாலியே தன் தவறை உணர்ந்துவிடுகிறான்.

இந்திய ராமாயணத்தில் மாயாவியுடன் குகைக்குள் போர் புரிந்து வெளியே வரும் வாலி, குகையின் வாயிலை மூடிவிட்டுப்போன சுக்ரீவன்மேல் சந்தேகப்பட்டு, அவனை அடித்து விரட்டி, அவன் மனைவியைக் கைப்பற்றிக்கொண்டான் என்பதாக இல்லாமல், தாரை என்பவளே சுக்ரீவனுக்குச் சொந்தமானவள் என்ற வகையில் கதையை மாற்றியிருப்பது இன்னொரு மாற்றம்.

தன் தவறை உணர்ந்து வாலியே அம்பால் தன் உயிரைப் போக்கிக்கொள்
வதாக எழுதப்பட்ட விதம் ராமனை மட்டும் அவப்பெயரிலிருந்து
காப்பாற்றவில்லை. வாலியையும் தன் முந்தைய செயலுக்கு வருந்தி,
திருந்துபவனாகக் காட்டுகிறது. இது, 'எங்களைப் போன்ற விலங்கு
களுக்கு, தம்பியின் மனைவியைப் பறித்தது தவறு என்று சொல்லும்
மனித நெறி பொருந்தாது' என்று வாதம் செய்யும் இந்திய வாலியின்
பாத்திரப்படைப்பை விட மேம்பட்டதாக இருக்கிறது.

வால்மீகி ராமாயணத்தின் பாத்திரப்படைப்பில் இருந்த சிறு குறை
களைச் சரி செய்து நேர்த்தியாக்கிய கம்பனின் கற்பனை வளத்தை, வாலி
வதத்தை மிக நேர்த்தியாகக் கையாண்ட முறையில் ராமகியன்
விஞ்சியிருக்கிறது என்றே சொல்லவேண்டும்.

7. யுத்தகாண்டம்

கம்பராமாயணத்துக்கும் ராமகியனுக்கும் இருக்கும் பெரிய ஒற்றுமை, யுத்தகாண்டத்துக்குத் தந்த முக்கியத்துவத்தில் உள்ளது. கம்ப ராமாயணத்தின் பத்தாயிரம் பாடல்களில், யுத்தகாண்டம் மற்றும் இதர சிறிய போர்கள் பற்றிய விவரங்கள் நான்காயிரத்து எண்ணூறு பாடல் களில் இருக்கின்றன. அதாவது, சுமார் ஐம்பது சதவிகிதப் பாடல்கள் யுத்தம் தொடர்பானவை. அதேபோல், ராமகியனிலும் யுத்தம் பெரும்பங்கு வகிக்கிறது.

கம்பராமாயணத்தின் யுத்தகாண்டத்தில் போர் யுக்திகள் விரிவாக எழுதப்பட்டுள்ளன. எழுபது வள்ளம் குரங்குப் படை, ஆயிரம் வள்ளம் அரக்கர்களோடு போரிட்ட நுணுக்கமான விவரங்கள் அடங்கியுள்ளன. ஈட்டி, கதை, வேல், வாள், சூலம் போன்ற ஆயுதங்களோடு அரக்கர்கள் தாக்க, குரங்குகள் வெறும் கைகளாலும் கற்களாலும் எதிர்க்கும் போர்ச் சூழல் விவரிக்கப்படுகிறது. இருநூறு வள்ளம் அரக்கர் சேனையோடு மகோதரன் தெற்குத் திசையிலும், இந்திரஜித் மேற்குத் திசையிலும், ராவணன் வடக்குத் திசையிலும் செய்யும் போர் யுக்தி முறை பற்றி விரிவாகச் சொல்கிறது கம்பராமாயணம்.

இதற்கு மாறாக ராமகியனில், யுத்தகாண்டம் சாகசங்களும் மந்திர தந்திரங்களும் நிறைந்தவையாக உள்ளன. பிரம்மாஸ்திரத்தால் வீழ்த்தப் பட்ட லக்ஷ்மணனை மீட்க அனுமன் சஞ்சீவி மலையைக் கொண்டு வருவதும், அதன் காற்று பட்டு போரில் இறந்துபோன வானரங்கள் உயிர்பெற்று எழுவதுமாகக் கம்பராமாயணத்தில் இடம்பெற்ற காட்சிகள் போல அமானுஷ்ய சங்கதிகள் நிறைந்த காட்சிகள் ராமகியன் யுத்தகாண்டம் முழுவதும் நிரம்பியுள்ளன. மந்திரம், மாயாஜாலம

போன்றவை ராமகியன் முழுக்கவே விரவியிருப்பதால், உச்சகட்டமான யுத்தகாண்டத்திலும் அவையே பிரதானமாக உள்ளன.

ராமகியனில், யுத்தம் தொடங்குவதற்குமுன் விரியும் வியூகத்தில் ராவண சேனை மிகுந்த பலமுள்ளதாகத் தெரிகிறது. ராவணன் தரப்பில் அனைவரும் மந்திர சக்திகளில் கைதேர்ந்தவர்களாக, விசேஷ ஆயுதங்கள், சக்திகள் பெற்றவர்களாக உள்ளனர். ராமன் தரப்பிலே சிறப்பாக இருப்பது, ராமன் விஷ்ணுவின் அவதாரம் என்பதும், அனுமனின் சாகாவரமும்தான். மற்றவர்கள் அனைவருமே மிகச் சாதாரணமாகத் தான் தோன்றுகிறார்கள்.

ஆயுதங்கள் இல்லாத எழுபது வெள்ளம் குரங்குப் படையின் உதவி யோடு போரிடும் ராம லக்ஷ்மணர்கள் அவ்வளவு எளிதில் ராமகியன் போரில் வெல்வதில்லை. ராமனே ஒருமுறை வீழ்த்தப்பட்டுச் சிறைப் பிடிக்கப்படுகிறான். அனுமன் போய் காப்பாற்றிவர வேண்டியுள்ளது.

கும்பகர்ணனின் ஆயுதத்தால் ஒருமுறை, இந்திரஜித்தால் இருமுறை, ராவணனால் ஒருமுறை என்று லக்ஷ்மணன் நான்கு முறை வீழ்த்தப்படு கிறான். நான்கு முறையும் உயிர்ப்பிக்கப்படுகிறான். ஆயிரம் கோடி தேவர்களைப் பயந்து ஓடச்செய்த இந்திரஜித்தையும், படுத்துக்கிடந்த போதே தேவர்களைக் குடல் நடுங்கச் செய்த கும்பகர்ணனையும், கொல்ல முடியாத ராவணனையும், மாண்டவுடன் மீண்டு எழும் ஆயிரம் வெள்ளம் அரக்கர்களையும் தந்திரமாகத்தான் ராமகியன் ராம சேனை கொல்லவேண்டியிருக்கிறது.

போரிடும் வரிசையில் வால்மீகியிலிருந்து வேறுபட்டு, கம்ப ராமாயணத்தை ஒத்திருக்கிறது ராமகியன். ராவணன் தரப்பிலிருந்து முதலில் போரிட வருவது கும்பகர்ணன். சீதையைத் திரும்ப அனுப்ப வாதிடும் கும்பகர்ணனை, 'மானிடர் இருவரை வணங்கி கூனுடை குரங்கைக் கும்பிட்டு உயிர்வாழ்தல் யான் புரிகிலேன். எழுக போக' என்று கடிந்து போருக்குப் போகக் கட்டளையிடுகிறான் ராவணன். தான் இறந்தபிறகாவது சீதையைத் திரும்ப அனுப்புமாறு வேண்டி, போருக்கு வருகிறான் கும்பகர்ணன். கம்பராமாயணப் பாத்திரப் படைப்பை ஒட்டியே ராமகியனும் உள்ளது.

வால்மீகி, கம்பன் இரண்டிலும் இல்லாத புதிய கதை ஒன்று ராமகியனில் உள்ளது. மயுரப் என்ற பாதாள உலக அரசனின் கதை. தமிழ்நாட்டில் வாய்மொழியாகப் பரவியுள்ள மயில் ராவணன் கதையோடு பொருந்துகிறது இது. மாயஜாலங்களில் கைதேர்ந்த மயுரப்பைத்தான் ராவணன் எல்லோருக்கும் முன்னால் போருக்கு அனுப்புகிறான்.

ராம ராவண யுத்தம். அருகில் சுக்ரீவன்

மயுரப் வரப்போவதைத் தெரிந்துகொண்ட ராமன் தரப்பு ஆயத்தமாக உள்ளது. மாயாவி என்பதால், இரவு நேரத்தில் வேறு உருவில் மயுரப் வரலாம் என்று கணித்து இரவு முழுவதும் வானர சேனை காவல் காக்கிறது. அனுமன் தன்னைப் பூதாகரமாக ஆக்கிக்கொண்டு, ராமனைத் தன் வாயின் உள்ளே ஒளித்து வைத்திருக்கிறான்.

ஆனால், மயுரப், இதற்கெல்லாம் முன்னரே வானரமாக உருமாறி அவர்களிடையே கலந்து, இந்தத் திட்டங்களையெல்லாம் தெரிந்து கொள்கிறான். பின்னிரவில், விடிந்ததற்கான அறிகுறிகளை வானில் உருவாக்குகிறான். காவல் காக்கும் வானர சேனை விடிந்துவிட்டது என்ற நினைத்து இளைப்பாறுகிறது. அதைப் பயன்படுத்திக்கொண்டு, மயுரப் தன் மந்திரசக்தியால் ராமன் உட்பட அனைவரையும் மயக்கத்தில் ஆழ்த்தி, ராமனைத் தூக்கிச் சென்று பாதாள உலகில் சிறையில் அடைக்கிறான்.

உறக்கம் கலைந்து எழும் அனைவரும் ராமனைக் காணாமல் தவிக் கிறார்கள். விபீஷணன், ராமன் பாதாள லோகத்தில் சிறையில் இருப்பதை அறிந்து சொல்கிறான். ராமனை மீட்கும் பொறுப்பு அனுமனுக்குப் போகிறது. அனுமன் பாதாள லோகத்தில் நுழைந்து மயுரபின் அரண்மனைக்குள் நுழைய முற்படும்போது அரண்மனை யைக் காவல் காக்கும் பாதி மீன், பாதி குரங்கான மச்சனு என்னும் வீரன் அவனைத் தடுக்கிறான். இவனும் கம்பராமாயணத்தில் இல்லாத இன்னொரு பாத்திரம்.

மச்சனு, அனுமன் அறிந்திராத அனுமனின் மகன். பாலம் கட்டும் பணியைத் தடுக்க வரும் சுவர்ணமச்சா என்கிற ராவணனின் மகளுக்கும் அனுமனுக்கும் பிறந்த மகன். ராவணனுக்கு அஞ்சி, அனுமனுக்கும் தனக்கும் பிறந்த அந்தக் குழந்தையைக் கடற்கரையிலேயே போட்டு விட்டு சுவர்ணமச்சா போய்விடுகிறாள். மச்சனு என்ற அந்தக் குழந்தையை வளர்த்து, தன் அரண்மனையைக் காவல்காக்கும் வேலையை அவனுக்குத் தருகிறான் மயுரப்.

மச்சனுவுக்கும் அனுமனுக்கும் கைகலப்பு மூளுகிறது. அவன் வீரத்தை மெச்சி அவனைப் பற்றி விசாரிக்கும்போது, மச்சனு தன் மகன் என்ற உண்மை அனுமனுக்குத் தெரிகிறது. தந்தையும் மகனும் இணை கிறார்கள். மச்சனுவின் உதவியுடன், அனுமன், பாதாள உலகின் சிறைச் சாலையை அடைந்து மயுரப்பை வீழ்த்தி ராமனை மீட்பதாக, ராமகியனின் முதல் போர் நடக்கிறது.

தவத்தின் மூலமாக விசேஷ சக்திகள் பெறும் தன்மை, ராவணன் தரப்பில் எல்லோரும் கையாளும் ஓர் உத்தி. இந்திரஜித்தின் நிகும்பல யாகம்போல கும்பகர்ணன் ஒரு யாகமும், ராவணன் ஒரு யாகமும்

செய்கிறார்கள். இதுதவிர இறந்த அரக்கர்களை உயிர்ப்பிக்க மண்டோதரி ஒரு யாகம் செய்கிறாள். அந்தப் புனிதத் தீர்த்தத்தை அரக்கர்கள்மேல் தெளித்தாள் அவர்கள் உயிர்ப்பிக்கப்படுவார்கள் என்கிறது ராமகியன். இந்த யாகங்கள் அனைத்துமே வஞ்சனையால் வீழ்த்தப்படுகின்றன.

மருத்தனை ஜனகனாக உருமாறச் செய்து சீதையிடம், ராவணனை நீ அடைவது எனக்குச் சம்மதமே என்று பேசுவதுபோல வரும் கம்ப ராமாயண மாயாஜனகன் படலம் ராமகியனில் இல்லை. அதற்குப்பதில் இரண்டு மாயாசீதைப் படலம் இடம்பெறுகின்றன. பெஞ்சகாயா என்கிற விபீஷணனின் மகளை சீதையாக உருமாற்றி ராமன் நீராடும் நீர்நிலையில் மிதக்கவிடும் மாயாசீதைப் படலம் முதலாவது. 'இவள் காரணம் ஆக மலைந்தீர். யான் இவள் ஆவி சிந்துவேன்' என்று இந்திரஜித் சீதையை வெட்டி எறியும் மாயாசீதைப் படலம் இரண்டாவது.

கம்பராமாயணத்தில் விபீஷணன் ஒரு வண்டாக உருமாறி அசோக வனத்தில் புகுந்து சீதை பத்திரமாக இருப்பதை அறிந்து வருகிறான். ராமகியனில் தொலைதூரம் பார்க்கக்கூடிய விசேஷப் பார்வையை உடைய விபீஷணன், சீதை உயிரோடு இருப்பதைக் கண்டு ராமனிடம் சொல்கிறான்.

மகோதரன், இந்திரன் வடிவில் போருக்கு வர, வானர சேனை குழம்பி நிற்கும்போது இந்திரஜித் பிரம்மாஸ்திரம் தொடுத்து லக்ஷ்மணனைக் கொல்லும் காட்சி ராமகியனில் சற்றே மாறியுள்ளது. ராமகியனில் மகோதரன் இந்திரஜித்துடன் போருக்கு வருவதில்லை. இந்திரன் வடிவு தாங்கி வருவது இந்திரஜித்தேதான். இந்திரன் படைக்களம் வருவதைப் பார்த்து இந்திரனைச் சந்திக்க ஆயுதங்களைத் தளர்த்திக் காத்திருக்கும் லக்ஷ்மணன்மேல் ஆயுதம் பிரயோகித்து அவனை வீழ்த்துகிறான் இந்திரஜித். லக்ஷ்மணன் இறந்ததாக எண்ணி மூர்ச்சை அடைகிறான் ராமன். ராமனும் இறந்துவிட்டதாக நினைத்து போர்க்களத்தில் வீழ்ந்து கிடக்கும் இருவரையும் காண, சீதையை புஷ்பக விமானத்தில் கொண்டுவந்து காட்டும் 'சீதை களன் காணும் படலமும்', லக்ஷ்மணன் இந்திரஜித்தின் நாகபாசத்தால் வீழ்த்தப்பட, கருடன் வந்து நாக பாசத்தை விலக்கும் படலமும் ராமகியனில் சிறிதும் மாறாமல் இடம் பெறுகின்றன.

அரக்கர்களின் மந்திர உபாயங்களை முறியடிக்க ராம சேனை தரப்பில் நிறைய தந்திரங்கள் செய்யப்படுகின்றன. அத்தனைக்கும் உபாயம் சொல்வது விபீஷணன். ராம சேனை செய்யும் தந்திரங்கள், மகாபாரதப் போர் போலப் பெரும்பாலும் அதர்ம வழியிலேயே இருக்கின்றன. அதர்ம வழியிலான இந்தத் தந்திரங்களைப் பெரும்பாலும் செயல் படுத்துவது அனுமனே.

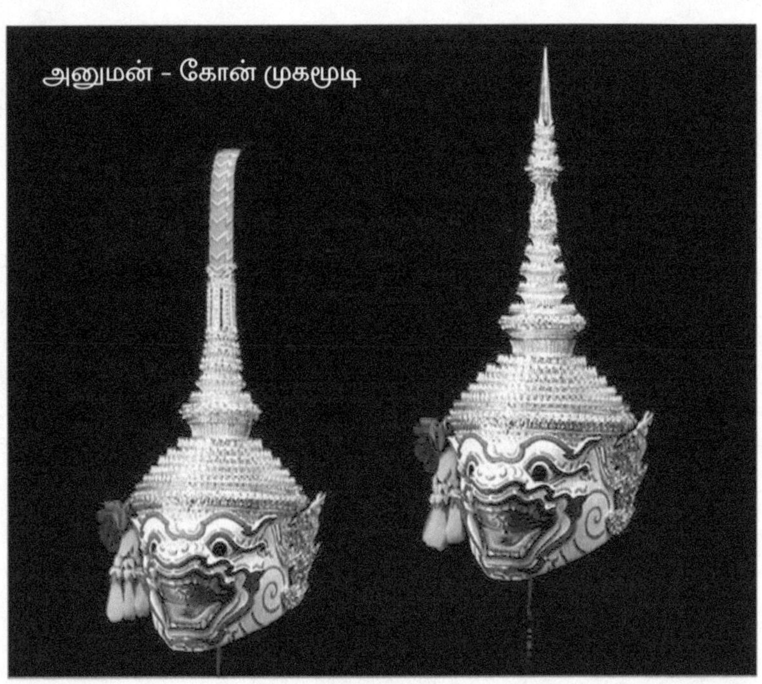

அனுமன் - கோன் முகமூடி

அரக்கன் - கோன் முகமூடி

அனுமன் - கோன் முகமூடி

அரக்கன் - கோன் முகமூடி

உதாரணமாக, கும்பகர்ணனின் யாகத்தைத் தடுக்கவேண்டும். விபீஷணன் ஒரு வழி சொல்கிறான். கும்பகர்ணன் அசுத்தங்களைச் சகிக்காத, சுத்தத்தை விரும்புபவன். அவன் அருவருப்பு அடையும்படி ஏதாவது செய்தால் அவனால் ஒருநிலைப்பட்ட மனத்துடன் யாகம் செய்யமுடியாது. அனுமன், உடனே, இறந்து அழுகிப்போன மானின் உடலாகவும், அங்கதன் அந்த உடலைப் பிய்த்து உண்ணும் பறவை யாகவும் மாறி கும்பகர்ணன் யாகம் செய்யும் நீர்நிலைக்கு அருகில், துர்நாற்றம் வர மிதந்து செல்கின்றனர். அந்த நாற்றத்தைச் சகிக்காத கும்பகர்ணனின் யாகம் கலைகிறது.

இந்திரஜித்தின் நிகும்பல யாகம் முடிந்தால் அவனை வெல்ல யாராலும் முடியாது என்று விபீஷணன் சொல்லி, லக்ஷ்மணன் அந்த யாகத்தைத் தடுத்து அவனைக் கொல்வது இரண்டு ராமாயணங்களிலும் வேறு பாடில்லாமல் சித்திரிக்கப்பட்ட காட்சி அமைப்பு. ராமகியனில் ராவணன் செய்யும் யாகங்கள் இரண்டு. கபிலபாத் என்ற சிவன் கொடுத்த, பல ஆண்டுகளாகப் பயன்படுத்தாமல் சக்தி முடங்கிப்போன ஆயுதத்தைப் புதுப்பிக்கவேண்டிச் செய்யும் யாகம் முதலாவது. இதைச் சிவனே தடுக்கிறார். சாகாவரம் வேண்டி ராவணன் செய்யும் இரண்டாம் யாகத்தைக் கலைக்க மண்டோதரியை இழுத்து வந்து வன்புணர்ச்சி செய்கிறார்கள்.

இதைத்தவிர, இறந்து போன அரக்கர்களை உயிர்ப்பிக்கும் தீர்த்தத்தை உருவாக்க யாகம் செய்யும் மண்டோதரியையும் ராவணன் வேடத்தில் வந்து, புணர்ந்து, யாகத்தை நிறுத்துவது, ராம சேனையின் தந்திரத்தில் விளையும் உத்தி.

ராமகியனில், ராவணன் ராமனால் நேரடியாகக் கொல்லப்படுவ தில்லை. நயவஞ்சகத்தால்தான் கொல்லப்படுகிறான். ராவணனை யாரும் கொல்லமுடியாத வகையில் அவன் உயிர் தனியாக ஒரு பெட்டகத்தில் உள்ளது. ராவணனின் உயிர் இருக்கும் பெட்டகத்தைக் கைப்பற்ற அனுமன் தந்திரம் செய்கிறான்.

ராமனிடமிருந்து விலகிவிட்டதாகச் சொல்லி ராவணனிடம் அடைக்கலம் பெறுகிறான் அனுமன். ராவணன் சார்பில், லக்ஷ்மணனுக்கு எதிராகப் போர் புரிந்து, ராவணனது நம்பிக்கையைப் பெற்று, ராவணன் உயிர் இருக்கும் பெட்டகத்தைக் காப்பாற்றும் பொறுப்பையும் அனுமன் பெறுகிறான். பின்னர் ராவணனை ஏமாற்றி, அந்தப் பெட்டகத்தை எடுத்து, ராமனிடம் திரும்பச் செல்கிறான். அந்த உயிரை அழித்தபிறகு ராமன் விடும் பாணம், ராவணனைக் கொல்லுவதாகச் சொல்கிறது ராமகியன்.

கம்பனின் ராமனும் லக்ஷ்மணனும் அறவழியிலேயே போர் செய் கிறார்கள். பிரம்மாஸ்திரத்தை, அது ஏற்படுத்தும் அழிவை மனத்தில் கொண்டு, எவர் மேலும் பிரயோகிப்பதைத் தவிர்க்கிறார்கள். இந்திரஜித் தோடு போருக்குப் போகும்போது, இந்திரஜித் பிரம்மாஸ்திரத்தைப் பிரயோகித்தால், அதைத் தடுக்க மட்டுமே லக்ஷ்மணன் தானும் பிரம்மாஸ்திரத்தைப் பிரயோகிக்க வேண்டும் என்கிறான் ராமன். இந்த அறிவுரைகூட, ஏற்கெனவே ஒருமுறை லக்ஷ்மணன் பிரம்மாஸ்திரத்தால் வீழ்த்தப்பட்டு, அனுமன் கொண்டுவந்த மருந்து மலையால் உயிர்ப் பிக்கப்பட்ட பிறகு சொல்வது என்பதை நினைவில் கொள்ளவேண்டும்.

இந்திரஜித்தும் அறப்போர் புரிந்த லக்ஷ்மணனை, 'கிட்டிய போதும் காத்தான்' என்று ராவணனிடம் பாராட்டிப் பேசுகிறான். அழிக்க வேண்டிய பகைவனிடமும் அறம் தவறாது போர் செய்யும் நிதானத்தைக் கடைப்பிடிக்கும் கம்பனின் ராம சேனைக்கு முற்றிலும் மாறாக, வெல்வது ஒன்றே குறியாக இயங்கும் ராமகியன் ராம சேனை வித்தியாசப்படுகிறது.

பல்லவ சாம்ராஜ்ஜியம் விழுந்து சோழப் பேரரசு தலைதூக்கும் காலத்தில் வாழ்ந்த கம்பனை யுத்தகாண்டம் ஈர்த்ததற்கு அந்தச் சரித்திரப் பின்புலம் காரணமாக இருந்திருக்கும் என்பது உண்மையானால், அதே காரணம் ராமகியனுக்கும் பொருந்தும்.

தாய்லாந்தினர், சரித்திரம் முழுவதிலும் சீனர்களுடனும், மங்கோலியர் களுடனும்,கம்போடியர்களுடனும், பர்மியர்களுடன் போரிட்டவர்கள். தாய்லாந்தே, கம்போடியர்களைப் போரிட்டு வீழ்த்தி வென்ற பூமிதான். இதுபோதாமல் சுக்கோதாய், சியங்மாய், அயுத்தயா என்று சிற்றரசு களாக அவர்களுக்குள்ளேயே நம் சேர சோழ பாண்டியர்கள் போல் தினம் தினம் சண்டையிட்டு, காலையில் படுக்கையிலிருந்து எழுந்த உடனே கையில் வாளோடு பல் துலக்கப் போகும் பின்னணியிலிருந்து வந்தவர்கள்.

அறவழியுடன் சண்டை போடுவதைவிட, எப்படியாவது போரில் வெற்றிபெறும் நடைமுறை வழி அவர்களை மிகவும் ஈர்த்திருக்கிறது. அறுபது சதவிகித ராமகியன் யுத்தங்களைப் பற்றிப் பேசுவதன் காரணமும் அதுதான். யுத்தம் பிரதானப்படும் ராமகியனில், தன் பங்களிப்பினால் சுவை கூட்டும் அனுமன் ராமனை விட அதிகம் விரும்பப்படுவதன் காரணமும் அதுதான். அனுமனின் பாத்திரத் தன்மையில் ஜனரஞ்சகச் சுவை கூட்டி மாறுபட்ட அனுமனைச் சித்திரிப்பதன் காரணமும் அதுதான்.

8. அனுமன் என்னும் வானரம்

தாய்லாந்து, கேளிக்கைகளும் உல்லாசங்களும் நிறைந்த நாடு. சுற்றுலாத்துறை, பொருளாதாரத்தின் துணாகத் திகழும் இந்த நாட்டில் அந்நிய சுற்றுலாப் பயணிகளின் விருப்பங்களுக்காக நடைமுறை வாழ்க்கையில் சில சமரசங்கள் ஏற்கப்பட்டுள்ளன. பணத்துக்காக, கலாசாரக் கட்டுப்பாட்டைத் தளர்த்தி, அன்னியர்களை அலட்டாமல் அனுமதித்துள்ள நாடு தாய்லாந்து.

இந்தப் பரிணாமம் இருபதாம் நூற்றாண்டு தாய்லாந்தின் வெளிப்பாடு என்றாலும், தீவிரமான கோட்பாடுகளுக்கு உட்படாத இந்நாட்டின் கலாசார வேர்கள் முந்தைய நூற்றாண்டுகளிலேயே படர ஆரம்பித்தன. அந்தப் பின்னணியில் ராமகியனை ஆராயவேண்டும்.

ராமகியனைப் பற்றிய புத்தகங்கள், தாய்லாந்தில் பிரபலமாக இருக்கும் நிலையைக் குறிப்பிட்டு, அதை தாய்லாந்தின் தற்போதைய கலாசாரத்தோடு ஒப்பிட்டு 'Eighteenth century equivalent of Sex, Drugs, War and Rock and Roll' என்று வேடிக்கையாகக் குறிப்பிடும்.

ராமகியனில் இல்லாததே ஒன்றுமில்லை. காதல், பாசம், பிரிவு, வீரம், போர், அரக்கர்கள், தேவர்கள், மானுடர்கள், குரங்குகள், மந்திரம், தந்திரம், பறக்கும் விமானங்கள், அமானுஷ்ய சக்திகள் என்று பலதரப் பட்ட மக்களைக் கவரும் அம்சங்கள் விரவியுள்ள ராமகியனுக்கு இணையான காப்பியம் தாய்லாந்தில் வேறு எதுவும் இல்லை.

எல்லாம் சரி. அந்த நெருடலான முதல் அம்சம் எங்கிருந்து வந்தது? ராமனும் சீதையும் வாழ்ந்த காதல் வாழ்க்கை பற்றி விரிவான பகுதிகள் இல்லை. ராவணன் சீதையைக் கடத்திக்கொண்டுபோய் சிறைவைப்பது

அந்த வகையைச் சாராது. பின்னே இந்தக் குறிப்பு எப்படி வந்தது? ஆச்சரியப்படாதீர்கள். அனுமனால்தான்.

ராமகியனின் மிகப்பெரிய அதிர்ச்சி அனுமன்தான். ராமன் எப்படி மானுடத் தன்மையுடன் தென்படுகிறானோ, அதுபோல அனுமனும், ஒரு வானரத்துக்கு ஏற்றார்போல, துடிப்பும் வீரமும் உள்ள, சாகசமான, சதா சேட்டைகள் செய்யும் குரங்காகச் சித்திரிக்கப்படுகிறான்.

அனுமனின் பிறப்பே வித்தியாசமாக விவரிக்கப்படுகிறது. சைவ புராணங்களின் பாதிப்பு இருக்கும் ராமகியனில், சிவனால் அஞ்சனைக்குப் பிறந்த குழந்தை அனுமன் என்கிற நெருடலான சிவபுராணக் கதை நேர்த்தியாக வடிவம் மாறியுள்ளது. தன் தாய் அகலிகையின் சாபத்தால் ஆண்டாண்டு காலமாக ஒரு காலில் நின்றுகொண்டு வாய் திறந்த நிலையில் காற்றை மட்டும் உட்கொண்டு தவமிருக்கிறாள் அஞ்சனை. சிவன், வாயு மூலம் தன் ஆயுதங்களைக் கொடுத்து அவள் வாயில் போடச் சொல்லி, அவள் வயிற்றில் மிகுந்த பலசாலியாக அனுமனை உருவாக்குகிறார். அனுமன் முப்பது மாதம், தாயின் வயிற்றில் இருந்து, வெள்ளை நிறக் குரங்காகப் பிறக்கிறான். பிறக்கும்போதே அவனுக்குப் பதினாறு வயது ஆகிவிடுவதாகச் சொல்கிறது ராமகியன்.

ராமகியனில், அனுமன் என்கிற வானரம் செய்யும் அட்டகாசங்கள் கொஞ்ச நஞ்சமல்ல. யுத்த காண்டம் வெகு பிரதானமாக இருக்கும் ராமகியனில் உண்மையான கதாநாயகன் அனுமன்தான். சிறுவர் களையும் பெரியவர்களையும் கவர்வதற்கென்றே படைக்கப்பட்ட ஜனரஞ்சகமான சினிமாப் பாத்திரம்போல அனுமனின் ஆதிக்கம் ராமகியனில் மிகப் பெரிதாக உள்ளது. ஜனரஞ்சகத்தின் ஒரு பகுதியாகப் பெண்களைக் கவர்ந்து ஆட்கொள்ளும் குணாதிசயமும் அனுமனுக்கு வாய்த்திருக்கிறது, ராமகியனில்.

இந்திய ராமாயணத்தில், முதிர்ச்சியடைந்த, வாக்கு சாதுரியம் மிக்க, நிதானமான அமைச்சனாக இருக்கும் அனுமன், ராமகியனில் துடிப்பும் ஆட்டமும் பாட்டமுமாக ஆர்ப்பரிக்கும் பாத்திரம் ஆகிறான். இந்திய அனுமன் நைஷ்டிக பிரம்மச்சாரி. தாய்லாந்து அனுமன் ஸ்திரீபிரியன். ராவணனின் மகள், விபீஷணனின் மகள் ஆகிய இருவரையும் மணந்து அவர்களது குழந்தைகளுக்குத் தந்தையானவன். அதோடு நிற்பதில்லை அவன். சந்திக்கும் பெண்களை எல்லாம் எளிதில் வசியம் செய்து காதல் லீலைகள் புரிகிறான். ராவணன் மனைவி மண்டோதரியை ஒருமுறை ராவணன் கண்முன்னே வன்புணர்கிறான்; மறுமுறை ராவணன் வடிவில் வந்து ஏமாற்றிப் புணர்கிறான்.

தாக்கத் தயாராக அனுமன்

பாலம் கட்டும் வேலையைத் தடுக்க ராவணனால் அனுப்பப்படும் அவனது பெண்டான் சுவர்ணமச்சா என்னும் மச்சக்கன்னி. இவள் தன் பரிவாரத்தோடு வானரப் படையினர் கடலில் போடும் கற்களை அவர்களுக்குத் தெரியாமல் அப்புறப்படுத்துகிறாள். பாலம் கட்டப் போடும் கற்கள் மாயமாக மறைவதைப் பார்த்துச் சந்தேகப்படும் அனுமன் கடலுக்குள் சென்று அவளைக் கையும் களவுமாகப் பிடிக்கிறான். அவர்களுக்குள் ஏற்படும் மோதல், காதலாகி, காதல் காமமாகி, சுவர்ணமச்சா கருத்தரித்து, மச்சனு என்ற மகனைப் பெற்று, ராவணன் கோபிப்பான் என்று அந்தக் குழந்தையைக் கடற்கரை யிலேயே விட்டுவிட்டுப் போகிறாள்.

சீதை இறந்துபோய்விட்டதாக ராமனை நம்பவைக்க ராவணன் அனுப்பும் விபீஷணனின் பெண்ணான பெஞ்சகாயா பாத்திரமும் அனுமனுக்கு வசியப்பட்டுப்போகிறாள். சீதையாக உருவம் எடுத்து, ராமன் நீராடுகிற நீர்நிலையில் பிணமாக மிதக்கிறாள் பெஞ்சகாயா. சீதைதான் இறந்துவிட்டாள் என்று நம்பி ராமன் உட்பட அனைவரும் புலம்புகிறார்கள். அனுமன் மட்டும் அதை நம்புவதில்லை. ஈமக் கிரியைகள் செய்ய அனுமதி வாங்கி, அந்த உடலைத் தீயில் இடுகிறான். பெஞ்சகாயா தப்பி ஓடும்போது, அவளைப் பிடித்து அவளையும் தன்னுடையவளாக ஆக்கிக்கொள்கிறான். அனுமனுக்கும் பெஞ்சகாயா வுக்கும் அசுரபாத் என்ற மகன் பிறக்கிறான்.

யுத்தகாண்டத்தின் இறுதிப் பகுதியில், வெல்ல முடியாத சக்தியைப் பெறுவதற்காக ராவணன் ஒரு யாகம் செய்கிறான். என்ன முயன்றாலும் ராவணனுக்குத் தொந்தரவு கொடுத்து யாகத்தைத் தடுக்க முடிவ தில்லை. இறுதியாக அனுமன் செய்யும் ஒரு காரியம் அதிர்ச்சிகரமானது. ராவணனை யாகத்திலிருந்து எழுப்ப அனுமனும் அங்கதனும் சேர்ந்து மண்டோதரியைத் தூக்கிவந்து, அவளை ராவணன் முன்னிலையிலேயே வன்புணர்கிறார்கள். அதைப் பொறுத்துக்கொள்ள முடியாத ராவணன் தவத்திலிருந்து கலைந்து எழுகிறான்.

இறந்த அரக்கர்களை மீண்டு எழச் செய்யும் சக்தி உடைய மந்திர தீர்த்தத்தைத் தயாரிக்கத் தவம் செய்கிறாள் மண்டோதரி. விரதம் இருந்து, கணவனுடன் உறவு கொள்ளாமல் அந்த யாகத்தைச் செய்ய வேண்டும் என்பதால் தனியிடத்தில், ராவணனைக்கூட அனுமதிக் காமல் அந்தப் பணியில் ஈடுபடுகிறாள். மண்டோதரியின் யாகம் முடிந்தால், யுத்தகளத்தில் ராமசேனையால் மாண்டுபோன அரக்கர்கள் அனைவரும் மீண்டு எழுவார்கள்.

மண்டோதரிக்கு இடைஞ்சல் கொடுத்து அவளது விரதத்தைக் கலைக்கும் பணி அனுமனுக்குத் தரப்படுகிறது. அனுமன் ராவணன்

போல உருமாறி மண்டோதரி இருக்கும் இடத்துக்குச் செல்கிறான். ராம, லக்ஷ்மணர்களைக் கொன்றுவிட்டதாகவும், அரக்கர் சேனை அனைத்தை யும் உயிர்ப்பித்துவிட்டதாகவும் சந்தோஷத்துடன் சொல்கிறான். மண்டோதரி தன் தவத்திலிருந்து எழுந்துவந்து, ராவணன் என்று நினைத்து அனுமனைத் தழுவிக்கொள்கிறாள். அனுமன் அவளுடன் அங்கேயே கலவி செய்கிறான். இதனால் அவளது தவநிலை கலைந்து யாகம் தடைப்படுகிறது.

விருச்சம்பாங் என்ற அரக்கனை அழிக்க, அவன் இருப்பிடத்தை அறிந்து வைத்திருக்கும் வனரின் என்ற அரக்கியிடமிருந்து தகவல் சேகரிக்க அனுமன் செய்யும் உத்தி அவளை வசியம் செய்து காதல் செய்வதுதான். இலங்கை போகும் வழியில் புஷ்பமாலி என்ற காவல் பெண்ணையும் வசியப்படுத்தி, தன் முத்திரையைப் பதிக்காமல் அனுமன் போவ தில்லை.

இந்தப் பாத்திரப் படைப்பு முழுக்க முழுக்க ராமகியன் எழுதியவர் களின் கற்பனை என்று சொல்லமுடியாது. இதன் வேர்கள் மறுபடியும் இந்தியாவுக்கே நீள்கின்றன. அனுமனுக்கு நூறு மனைவிகள் இருந்தார்கள் என்று சொல்கிறது விமலாசூரியின் ராமாயணம். இன்னும் சில சமண ராமாயணங்கள் அனுமன், சுக்ரீவனின் புதல்வியை மணந்து கொண்டதாகச் சொல்கின்றன. சீதையைத் தேடப்போன அனுமன் வந்த நோக்கத்தை மறந்துவிட்டு ஒரு பெண்ணை மணந்துகொண்டு இரவைக் கழித்ததாக, சமண ராமாயணங்களில் வருகிறது. இந்தச் சித்திரிப்பை மேலும் ஜனரஞ்சகமாக விரிவுபடுத்தி ராமகியன் அனுமனை ஸ்திரீ பிரியன் ஆக்கிவிட்டது.

ராமகியன் அனுமன் நகைச்சுவை உணர்வும் குறும்பும் மிக்கவனாகப் பல காரியங்களைச் செய்கிறான். மூர்ச்சையாகி விழுந்த லக்ஷ்மணனை எழுப்ப, மூலிகைகளைக் கொணர்ந்து மருந்து தயாரிக்கவேண்டும். அதற்குச் சில கருவிகள் தேவை. ராவணன் அரண்மணைக்குச் சென்று அனைவரும் உறங்கிக்கொண்டிருக்கும் நேரத்தில் அந்தக் கருவிகளை அனுமன் கொண்டுவருகிறான்.

அரண்மணையிலிருந்து திரும்பி வரும்போது சும்மா வராமல் ராவணனும் மண்டோதரியும் உறங்கிக்கொண்டிருக்கும் படுக்கை அறைக்குள் நுழைந்து நல்ல உறக்கத்தில் ஆழ்ந்திருக்கும் இருவருக்கும் தெரியாமல், மண்டோதரியில் கூந்தலையும் ராவணன் முடியையும் இணைத்து முடிச்சு போட்டுவிடுகிறான். அதை விடுவிக்க, மண்டோதரி ராவணன் தலையில் மூன்று முறை குட்டினால்தான் முடிச்சு அவிழும் என்ற மந்திரத்தையும் ராவணன் நெற்றியில் எழுதிவைத்துவிட்டு வருகிறான்.

அனுமன் - தீராத விளையாட்டுப் பிள்ளை

விடிந்ததும் ராவணனும் மண்டோதரியும் கூந்தலை விடுவிக்க முடியாமல் தவிக்க, அரண்மனைப் பணியாட்கள் அனைவரும் முயன்று தோற்றுப் போகிறார்கள். மூன்று முறை குட்டினால்தான் முடிச்சு அவிழும் என்கிற மந்திரம் போடப்பட்டிருப்பது ராவணனுக்குச் சொல்லப்படுகிறது. வேறு வழியில்லாமல் மண்டோதரி ராவணன் தலையில் மூன்று முறை குட்ட, பிறகே முடிச்சு அவிழ்கிறது. அனுமனின் குறும்பை விவரிக்கும் இந்தக் கதை ராமகியனில் இருக்கிறது.

அனுமன் யுத்தகாண்டத்தின் இறுதிப்பகுதியில் கட்சி மாறுகிறான். ராமன் தன்னைக் கீழ்த்தரமாக நடத்துவதாகவும் அவனுடன் இணைந்து சண்டையிட முடியாது என்றும் ராவணன் தரப்பில் சேர ஆயத்தமாக இருப்பதாகவும் சொல்லி, தமிழகத்தின் தேர்தல் நேரக் கூட்டணியை நினைவுபடுத்துகிறான் அனுமன். ராவணன் மிகுந்த சந்தோஷத்துடன் அனுமனைத் தன் சேனையோடு போர்க்களம் அனுப்புகிறான். அனுமன், ராவணன் படைக்குத் தலைமை தாங்கி, லக்ஷ்மணனுடன் போரும் புரிகிறான். அனுமன் தலைமையில் அரக்க சேனை போரில் முன்னேறு கிறது. ராவணன் மகிழ்ந்து, அனுமனுக்கு இந்திரஜித்தின் மாளிகையைப் பரிசாக அளிக்கிறான். கூடவே, அனுமனைச் சந்தோஷப்படுத்த இந்திரஜித்தின் மனைவியையும் அன்பளிப்பாகத் தருகிறான். இந்திரஜித்தின் மனைவியும் அனுமனும் கூடியிருக்கும் காட்சி விவரிப்புகள் ராமகியனில் உள்ளன.

இந்தத் திடீர்த் திருப்பம், அனுமனின் யுக்தியில் உதித்த நாடகம். ராவணனைக் கொல்ல அனுமன் வகுக்கும் திட்டம் அது. என்ன போரிட்டாலும் ராவணனை அழிக்கமுடியாது என்று ராமன் தரப்புக்குத் தெரிகிறது. காரணம், ராவணனின் உயிர் அவன் உடம்பில் இல்லை. தனியே ஒரு பெட்டகத்தில் பாதுகாக்கப்படுகிறது. அதை அழித்தால் தான் அவன் இறப்பான் என்பதால் கட்சி மாறி, ராவணன் நம்பிக் கைக்குப் பாத்திரமாகி, அவன் உயிரைப் பாதுகாத்து வைத்திருக்கும் இடத்தைக் காவல் காக்கும் பொறுப்பையும் அனுமன் பெறுகிறான். பிறகு, அதைக் கைப்பற்றி, ராவணன் உயிரை அழிக்கிறான் அனுமன்.

அனுமனின் வாலில் நெருப்பு வைப்பது அரக்கர்களின் உத்தி இல்லை. அனுமனே அப்பாவியாகப் பரிந்துரைப்பது அது. அரக்கர்கள் என்ன அடித்தாலும், வெட்டினாலும், குத்தினாலும் அனுமன் காயப்படுவ தில்லை. சிரிப்பும் கெலிப்புமாக அனுமனே 'இந்த ஆயுதங்கள் எல்லாம் என்னை ஒன்றும் செய்யாது. நெருப்பு வைத்தால்தான் நான் இறப்பேன் தெரியுமா' என்று அப்பாவியாகச் சொல்கிறான். அவன் உளறி மாட்டிக் கொண்டதாக நினைத்து அரக்கர்கள் அனுமன் வாலில் தீ வைக்கிறார்கள். அதைக்கொண்டு, அனுமன் இலங்கை முழுதையும் எரித்துவிடுகிறான்.

அனுமன் விளையாட்டுப் பிள்ளை போலவும் சில காட்சிகளில் வருகிறான். பாலம் கட்டும் வேலையில் அனுமனும் இன்னொரு குரங்கும் சண்டை போட்டுக்கொள்ள, ராமன் இருவரையும் கடிந்து, அனுமனை மட்டும் அந்த வேலையில் ஈடுபடுத்துகிறான்.

அனுமன் சீதையைத் தேடிப் போகும்போது அவனுக்கும் நாரதருக்கும் சிறு சச்சரவு நிகழ்கிறது. இலங்கைக்குப் போகும் வழியில் இளைப்பாற இடம் கேட்டு நாரதரைச் சந்திக்கிறான் அனுமன். அவனுக்காக நாரதர் ஒரு குடிலைத் தயார் செய்கிறார். அப்போது, தன் உடலைச் சற்றே பெரி தாக்கி, அந்தக் குடிலில் இடம் போதாதே என்று அவரை வெறுப்பேற்று கிறான். அவர் குடிலின் அளவைப் பெரிதாக்கப் பெரிதாக்க, அனுமனும் தன் உடலைப் பெரிதாக்கி அவரைக் கோபமுறச் செய்கிறான்.

நாரதர் குடிலைப் பழையபடி சிறிதாக்கி, என்னால் முடிந்தது இவ்வளவு தான் என்று போய்விடுகிறார். அனுமனுக்குப் பாடம் கற்பிக்க, கடுங்குளிரையும் காற்றையும் உருவாக்குகிறார். அனுமன் தன் சாதாரண நிலைக்கு உடலைக் குறுக்கிக்கொண்டு குளிர்தாங்காமல் அந்தக் குடிலுக்குள் ஓடி ஒளிந்துகொள்கிறான்.

காலையில் அனுமன் நதியில் நீராடும்போது, நாரதர் அட்டைபோல உருமாறி அனுமன் உடலில் ஒட்டிக்கொள்கிறார். அனுமன் என்ன போராடியும் அட்டையை விலக்க முடிவதில்லை. அனுமன் மன்னிப்பு கேட்டபிறகே விடுகிறார். இப்படி ஹாஸ்ய உணர்வுடன் ஒரு கிளைக் கதை ராமகியனில் வருகிறது.

இலங்கை போனபிறகு சீதையைக் கண்டுபிடிக்கமுடியாமல் அனுமன் திணறுவதாகவும், நாரதர் சொல்லிக்கொடுத்த பின்னர்தான் வழியை அனுமன் கண்டுபிடிப்பதாகவும், ராமகியன் அனுமனை முழுக் குரங்காகச் சித்திரிக்கிறது.

இந்த விளையாட்டுத்தனங்களாலேயே அனுமன் விரும்பத்தக்க பாத்திரம் ஆகிவிடுகிறான். யுத்த காண்டத்தில் அனுமன் செய்யும் லீலைகள் நிறைய.

அனுமனின் பிரபலம் தாய்லாந்தில் ராமகியனில் மட்டுமின்றி, அவர் களின் தேசிய விளையாட்டான குத்துச் சண்டையிலும் வெளிப்படு கிறது. முவா தாய் என்ற தாய்லாந்தின் பிரத்யேகக் குத்துச்சண்டையில் சில முத்திரை நிலைகள் அனுமன் பெயராலும் ராமாயணக் கதாநாயகர்கள் பெயராலும் அறியப்படுகின்றன.

அனுமன் சீதையைச் சந்தித்து மோதிரத்தைக் கொடுக்கும் காட்சியை நினைவுபடுத்தி, இரண்டு மணிக்கட்டாலும் எதிராளியைக் குத்தும்

விதத்துக்கு 'ஹனுமான் தவாய் வேன்' (அனுமன் தரும் பரிசு) என்று பெயர். இதுபோல திரும்பி எட்டி உதைக்கும் முத்திரைக்கு அனுமன் பாதாள உலகில் நுழைந்த விதத்தில் பெயர் வைக்கப்பட்டுள்ளது. குத்துச்சண்டை வீரர்கள் புஜங்களில் அனுமனின் உருவமும் பழங்கால கெமர் மொழியில் எழுதிய வாசகங்கள் அடங்கிய பட்டைகளையும் அணிந்துகொள்கிறார்கள்.

அனுமன் ராமனிடம் தன்னை அறிமுகப்படுத்திக்கொள்கிற பாந்தத்தி லேயே 'சொல்லாலே தோன்றிற்று அன்றே யார்கொல் இச்சொல்லின் செல்வன்' என்று ராமன் வியக்கிற கம்பனின் அனுமனுக்கு முற்றிலும் எதிர்மறையான பாத்திரம் தாய்லாந்து அனுமன். ஆனால் தாய் ராமாயணத்தின் மிக விரும்பப்படுகிற பாத்திரமாக இருக்கிற அனுமன், ராமகியன் முழுவதும் ராமனை விட அதிகமாகத் தென்படுகிறான்.

9. ராவணன் என்கிற காதலன்

இந்திய ராமாயணத்தின் ஆதார நோக்கம் ராமன் என்ற விஷ்ணுவின் அவதாரத்துக்கும் ராவணன் என்ற துர்புத்தி உடைய அரக்கனுக்கும் நிகழ்கிற போராட்டமே. அதில் ராமன் என்ற பாத்திரம் முன் தீர்மானிக்கப்பட்ட, மேன்மை நிலையோடு பூவுலகில் அவதரிப்பது. அவரிடம் பக்தியும் பரவசமும் தோன்றுவது இயல்பே. அதற்கு நேர்மாறாக ராவணன்மீது துவேஷமும் வெறுப்பும் சூழவே நம் காப்பியம் வடிவம் கொண்டுள்ளது. ராமகியன் இங்கு மாறுபடுவது சுவையான அம்சம்.

ராமனை அவ்வளவாக மேன்மைப்படுத்தாத ராமகியன், ராவணன் பாத்திரப் படைப்பில் நிறைய கவனம் செலுத்தியுள்ளது. ராவணன் என்றதும் நம் மனத்தில் எழுகிற காலம் காலமாக நம்முள் பொதித்து வைத்திருக்கும் கொடுங்கோலன் பிம்பத்தை அசைத்துப் பார்க்கிறது ராமகியன். ராவணன் தன் முற்பிறப்பிலும் தொடரும் பிறப்பிலும் வஞ்சிக்கப்பட்டவனாக, தேவர்கள் எல்லோரும் இணைந்து அழிக்க முற்படும் தனியனாக, ராமகியனின் இதர பாத்திரங்களோடு ஒப்பிடு கையில் பெரிய பாதகங்கள் செய்யாதவனாக, நம் அனுதாபத்துக்குரிய காதலனாக உருமாறிய விதம் ராமகியனின் சுவாரசியமான அம்சம்.

தோற்றத்திலேயே தாய் ராவணன் மாறுபடுகிறான். இந்திய ராவணனின் பத்து தலைகளும் பக்கவாட்டில் இருக்க, தாய் ராவணனின் பத்து தலை களும் நீளவாட்டில் மூன்று அடுக்குகளாய் இருக்கும் தோற்றம் வித்தியாசமானது.

தாய் ராவணன், வஞ்சிக்கப்பட்ட ஒரு பாத்திரம். முந்தைய பிறப்பிலும், ராவணனாக அவதரிக்கும் பிறப்பிலும் அவன் இறப்பு நியாயமான முறையில் நிகழ்வதில்லை. வாலி வதம் போன்று ராவணவதத்துக்கும

ராவணன் – கண்ணியமான சித்திரிப்பு

ராவணன் – கண்ணியமான சித்திரிப்பு

காரணக் கதை இருக்கிறது. ராவணனின் முந்தைய பிறப்போடு தொடர்புடைய கதை அது.

சிவனின் பரம பக்தனாக, கைலாய மலையின் சேவகனாகப் பணி புரியும் நந்தகனின் மறுபிறப்பே ராவணன். கைலாய மலைக்கு வரும் தேவர்களின் பாதங்களைச் சுத்தம் செய்யும் நந்தகன், அவன் செய்யும் தாழ்மையான பணிவிடை காரணமாக தேவர்களின் நையாண்டிக்கும் கேலிக்கும் உள்ளாகிறான். குனிந்த நிலையில் எல்லோருடைய பாதங்களையும் கழுவும் அவன் தலையை எல்லோரும் தட்டி, முடியை இழுத்துத் துன்புறுத்துகிறார்கள்.

காலங்கள் கடந்து, கேலிகள் தொடர்ந்து, அவன் முழுவதுமாகக் கேசம் இழந்து சேவையைத் தொடர்கிறான். தேவர்களின் கேலிக்கும் கிண்ட லுக்கும் உட்பட்டாலும் சிவனின் மேலுள்ள பக்தி காரணமாக அத்தனை யையும் பொறுத்துக்கொண்டு சேவை செய்கிறான். நந்தகனின் சேவையை மெச்சி சிவன், அவன் கேட்கும் வரத்தைத் தருவதாகச் சொல் கிறார். அத்தனை வருடங்களாக மனத்தில் கன்றுகொண்டிருக்கும் அவமான உணர்ச்சியால், தான் யாரை விரலால் சுட்டினாலும் அவர்கள் இறந்துபோகவேண்டும் என்று வரம் வேண்டுகிறான் நந்தகன். நந்தகனின் உண்மை எண்ணத்தை அறியாமல் சிவனும் வரத்தைத் தருகிறார். அவன் பெற்ற வரம் குறித்து அறியாத தேவர்கள் அவனை வழக்கம்போல் சீண்ட, அவர்களை எல்லாம் விரலைச் சுட்டிக் கொல் கிறான் நந்தகன். கொலை வெறி தாண்டவமாட, நந்தகன் அட்டகாசம் தேவலோகத்தில் பீதியை ஏற்படுத்துகிறது.

தேவர்கள் சிவனிடம் முறையிட, அவர் நந்தகனை சம்ஹாரம் செய்ய விஷ்ணுவைப் பணிக்கிறார். விஷ்ணு ஓர் அழகிய நாட்டியக்காரியாக வடிவெடுத்து நந்தகன்முன் வருகிறார். நந்தகன் அவள் அழகில் மயங்கி அவளுடன் கூட விரும்ப, அவள் தன்னுடன் நடனமாட நந்தகனை அழைக்கிறாள். நந்தகன் உற்சாகமாக ஆடுகிறான். நாட்டியக்காரி, விறுவிறுப்பான ஆட்டத்தில் தன் உடலைத் தானே சுட்டுவதுபோல முத்திரையை அபிநயிக்கிறாள். நாட்டியத்தின் மும்முரத்தில் அந்த அபிநயத்தை நந்தகனும் செய்ய, அவன் கையாலேயே அவனுக்கு மரணம் சம்பவிக்கிறது.

விஷ்ணு தன் சுயரூபத்தை வெளிப்படுத்த, நந்தகனுக்கு உண்மை தெரிகிறது. தன்னுடன் நெருக்கு நேர் நின்று வீரத்துடன் போர் புரிந்து வெல்லாமல் நயவஞ்சகமாகப் பெண் வடிவில் வந்து நடனமாடி ஏமாற்றிக் கொன்றதாகப் பழிசொல்கிறான். விஷ்ணு அவன் வாதத்தை ஏற்றுக்கொள்கிறார். நந்தகனின் மறுபிறப்பில் பத்து தலையும் இருபது கைகளும் உடைய பலம் பொருந்திய அரக்கனாகப் பிறப்பான் என்றும்

அப்போது, தான் சாதாரண மானுடனாக அவதாரம் எடுத்து வலிமை மிக்க நந்தகனை, ஒரு தலை இரண்டு கைகளோடு எதிர்கொள்கிறேன் என்றும் சொல்கிறார்.

நந்தகனை முற்பிறப்பில் தந்திரமாகக் கொன்றதை விஷ்ணுவே ஒப்புக் கொள்கிறார். அந்த வாதத்தை ஒப்புக்கொண்டதாலேயே அவர் நந்தகன் மறுமுறை பிறக்க அனுமதியும் தருகிறார். ஆனாலும் ராவணவதத்தை ஆராய்ந்தால், ராவணனையும் தந்திரமான முறையில் வஞ்சகமாகக் கொல்வது புலப்படுகிறது.

யுத்த காண்டத்தின் இறுதியில் என்ன செய்தாலும் ராமனால் ராவணனைக் கொல்ல முடிவதில்லை. காரணம் அவன் உயிர், பாதுகாப் பான பெட்டகத்தில் இருப்பதே. அந்த உண்மை விபீஷணன் மட்டுமே அறிந்த ஒன்று. விபீஷணன் அந்த ரகசியத்தை ராமனிடம் சொல்ல, ராவணன் உயிரைக் கவர ராமன் அனுமனை அனுப்புகிறான்.

அனுமன், ராவணன் தரப்புக்குக் கட்சி மாறுவதாகச் சொல்லி, ராவணனை நம்பவைத்து, ராவணனின் உயிரைப் பாதுகாக்கும் பணியையும் மேற்கொள்கிறான். பின்னர் ராவணனின் உயிருடன் ராமன் தரப்புக்கு மாற, ராவணன் கொல்லப்படுகிறான். இவ்வாறு, ராவணன் இரண்டாம் முறையும் வஞ்சித்தே கொல்லப்படுகிறான்.

ராமாயணமே ராவண வதைக்காக உருவான காப்பியம். வாலிக்கு நிகழ்ந்தது போல ராவண வதமும் முன்கூட்டியே தீர்மானம் செய்யப் பட்ட ஒன்று. ராவணனைக் கொல்ல தேவ லோகமே திரண்டெழுகிறது. விஷ்ணு ராமனாக அவதாரம் எடுக்கிறார். அவருக்குத் துணையாக சங்கு, சக்கரம், ஆதிசேஷன் ஆகியோர் சகோதரர்களாகின்றனர். சிவன் அனுமனாகிறார். இந்திரனின் அம்சம் வாலியாகவும் சூரியனின் அம்சம் சுக்ரீவனாகவும் ஆகின்றன. கோடானு கோடி தேவர்கள் வானரங்களா கின்றனர். போதாதற்கு, ராமனுக்கு உதவ, வேசுஜனன் என்ற தேவன், விபீஷணனாக, ராவணனை வஞ்சித்துக் கொல்லவே அவனது தம்பியாகப் பிறக்கிறான்.

ஆக, ராவணன் என்ற அரக்கனைக் கொல்ல தேவலோகமே திரண்டெழுந்து தாக்கும் உணர்வை ஏற்படுத்துகிறது. இது அந்தப் பாத்திரத்தின் முக்கியத்துவத்தை மறைமுகமாக அதிகரிக்கிறது.

ராமாயணத்தின் ஒவ்வொரு பாத்திரமும் ராவணன் என்ற ஓர் அரக்கனின் எண்ணத்தால் ஆக்ரமிக்கப்பட்ட உணர்வைத் தருகிறார்கள். ராமாயணம் முழுவதிலுமே ராவணனின் நினைவு படர்ந்துள்ளது. ராமனுக்கு என்ன துன்பம் வந்தாலும் அதற்கு ராவணன்தான் பொறுப்பாகிறான். உதாரணத்துக்கு இரண்டு இடங்கள்.

பால காண்டத்தில் ராமனின் கன்னிப் போராகிய தாடகை வதத்தின் போதே, அதுவரை ராமாயணத்திலேயே முற்றிலுமாக நுழையாத, ராமனின் பாதையிலேயே குறுக்கிடாத, ராவணனை நினைவுகூர்கிறார் கம்பன். தடித்த உடலும், கோரைப்பற்களும் குகை போன்ற வாயும் கொண்ட தாடகை, பத்து தலைகளை உடைய ராவணன் பின்னர் அழியப்போகிறான் என்பதற்கான கேடுகால அறிகுறிபோல, ராவணனின் வெற்றிக்கொடி ஒடிந்து விழுந்ததைப்போல, பூமியில் விழுந்தாள் என்று ராவண வதையைப் பற்றிக் குறிப்பெழுதுகிறார் கம்பன்.

அயோத்தியா காண்டத்தில் கூனியை அறிமுகப்படுத்தும்போதும் அவள் ராமனுக்கு இழைக்கப்போகும் தீமையை மனத்தில் கொண்டு அவளை துர்புத்தி உடையவளாக அறிமுகப்படுத்துகிறார் கம்பன். அந்த இடத்திலும் ராவணனை நினைவுகூர்கிறார் கம்பன். 'ராவணன் இழைத்த தீமைபோல் கொடிய மனம் படைத்த கூனி தோன்றினாள்' என்கிறார். ராவண வத நோக்கமாகத் தேவர்கள் அவளை அனுப்பினர். அதனால் அந்தத் தேவ ரகசியத்தை உட்கொண்டு 'கூனி தோன்றினாள்' என்பது இந்த வரிகளுக்கு ஒரு விளக்கமாக இருக்கிறது.

இந்தியாவின் சில ராமாயணங்கள் நேரடியாகவே இதை உரத்த குரலில் பறைசாற்றுகின்றன. பத்ம புராணம், தேவர்கள் தங்கள் அப்சர மகளிர் ஒருத்தியை கூனியாக அவதரிக்குமாறு செய்தனர் என்கிறது. மகாபலிச் சக்கரவர்த்தியின் மகள்தான் மந்தரையாக கைகேயியின் அரண்மனையில் வசித்தாள் என்கிறது ஆத்யாத்ம ராமாயணம். புசுண்டி ராமாயணம் இதற்கு ஒரு படி மேலே போய் தேவர்களின் வேண்டுகோளால் சரஸ்வதியே கூனியின் மனத்துள் புகுந்து ராமனைக் காட்டுக்கு அனுப்பு மாறு கைகேயியைத் தூண்டினாள் என்கிறது. துளசி ராமாயணமும் அதே கருத்தை வலியுறுத்துகிறது. தேவர்களின் தூண்டுதலின்பேரில், ராமனைக் காட்டுக்கு அனுப்பி ராவண வதைக்கான களத்தை அமைத்துக் கொடுக்க, கூனியின் சூழ்ச்சி நிகழ்கிறது என்பது இதன் கருத்து.

ராவண வதை என்பதே குறிக்கோளாக இருப்பதால், ராமாயண நிகழ்வுகள் எல்லாம் அந்தக் குறிக்கோளை நோக்கியே நகரும் முடுக்கப்பட்ட நிகழ்வுகள் என்று தோன்றுகிறது. அந்தக் கோணத்தி லிருந்து ஆராய்ந்தால் சீதையின் கடத்தல்கூட முன் தீர்மானிக்கப்பட்ட ஒரு நிகழ்வு எனலாம். சீதையின் கடத்தல் நிகழ்ந்திருக்காவிட்டால் அறநெறி தவறாத ராமன் எந்த முகாந்திரத்தில் ராவணனைக் கொல்ல முடியும்?

ராமன் ராவணனை நோக்கிச் செல்லும் திட்டத்தின் முதல் திருப்பு முனையை கூனியைக் கொண்டு தேவர்கள் உருவாக்கினார்கள்.

இரண்டாவது திருப்புமுனை, சீதையின் கடத்தல்மூலம், ராவண னுக்கும் ராமனுக்கும் நேரடியான விரோதத்தை உருவாக்கி, போரில் முடிகிறது.

ராமாவதாரத்தின் நோக்கத்தைச் செயல்படுத்த ராமனுக்கு அளிக்கப் பட்ட பதினான்கு ஆண்டுகள் என்ற கால அவகாசமும் கிட்டத்தட்ட முடியும் நிலை வந்துவிட்டது. விராடனைக் கொன்றபிறகு அரக்கர் களைக் கொல்லும் எந்த முயற்சியும் இல்லாமல் பத்து ஆண்டுகள் முனிவர்களின் ஆசிரமங்களில் ராம லக்ஷ்மணர்கள் காலத்தைக் கழிக் கின்றனர். ஆகையால் துரிதமாக ராவண வதத்தை ஏற்படுத்த, சீதையை ராவணன் கடத்தவைப்பதும் ஒரு தேவலோக முயற்சிதானோ?

ராவண வதைக்குக் காரணமான சீதை கடத்தல் ஒரு தேவலோக முயற்சி தான் என்று லாவோஸிய ராமாயணத்தில் வருகிறது. இந்திரனின் மனைவியான சுஜாதா என்பவளின் மறுபிறப்பு சீதை. தன் மனைவி சுஜாதா இறக்க ராவணன் காரணமாக இருந்ததால், ராவணனைப் பழிவாங்கக் காத்திருக்கிறான் இந்திரன். சீதையைக் கடத்தக் களம் அமைத்துத் தர, பொன் மான் வடிவெடுத்து சீதை முன்னால் உலவி, சீதை ராமனிடம் அதைப் பிடித்துத் தருமாறு கேட்க, ராம லக்ஷ்மணர் களை அங்கிருந்து அகற்றி, ராவணன் சீதையைக் கவர்ந்து செல்லுமாறு இந்திரன் திட்டம் வகுக்கிறான் என்கிறது லாவோஸிய ராமாயணம்.

ஆக ராவணனையும் ராமனையும் போரில் ஈடுபடுத்துவதே குறிக் கோளாக, தேவர்கள் உருவாக்கிய சூழலே அது என்பது தெளிவாகிறது. அந்தக் கோணத்தில் பார்த்தால் இன்னொருவன் மனைவியை அபகரித்தவன் என்பதைவிட தேவர்களின் திட்டத்தில் மாட்டிக் கொண்ட அரக்கனாகத்தான் ராவணன் தெரிகிறான். ஒருவனுக்கு எதிராக தேவலோகமே திரண்டெழுவதும் அவன் இறந்துபோகக்கூடிய சந்தர்ப்பங்களில் அவனைச் சிக்கவைப்பதும், ராவணன்மீது மறைமுக மாகப் பரிதாபமும் கொள்ளவைக்கிறது.

முன் தீர்மானிக்கப்பட்ட ஒரு சூழ்ச்சியில் தேவலோகமே இணைந்து தீட்டும் திட்டத்தில் சூழ்நிலைக் கைதியாக ராவணன் அகப்பட்டுக் கொண்டான் என்பதை விட்டுவிட்டுப் பார்த்தால், சீதையைக் கவர்ந்து சென்ற குற்றத்தை மட்டுமே ராவணன் செய்கிறான். மாற்றான் மனைவியைக் கவர்ந்து சென்றவன் என்பதால் ராவணன் தண்டிக்கப்பட வேண்டியவன் என்ற வாதத்தை ஏற்றுக்கொண்டாலும் ராமகியன் அதிலும் இன்னொரு கோணத்தைக் கொண்டுவருகிறது.

காமத்தின் உந்துதலில் 'பிறன் மனை நாடும்' மாபாதகத்தைச் செய்யும் இந்திய ராவணனின் செய்கை காதலின் தீவிரத்தில் செய்த தவறாகச்

சித்திரிக்கப்படுகிறது ராமகியனில். கம்பராமாயணத்தின் சுந்தரகாண்டப் பாடல் ஒன்று ராமகியனின் பாத்திரப் படைப்பை வெகு பொருத்தமாக நினைவுறுத்துகிறது. சீதையின் மனத்தை மாற்ற விழையும் அரக்கிகள் அவளை நோக்கி

மெய்யன்பு உன்பால் வைத்துளது அல்லால் வினைவென்றோன்
செய்யும் புன்மை யாது கொல்

என்று கேட்கிறார்கள். (உன்னிடத்தில் உண்மையான அன்பினைக் கொண்டதைத் தவிர வேறு என்ன இழிதொழில் செய்தான் ராவணன்?) இது ராமகியனின் ராவணனுக்காகவே எழுதப்பட்ட வரிகள் போல விளங்குகிறது.

கும்பகர்ணன், இந்திரஜித் எல்லோரும் இறந்தபின் மண்டோதரி ராவணனிடம் மன்றாடுகிறாள். 'சீதையைத் திருப்பி அனுப்பி போரை முடித்துவையுங்கள்' என்கிறாள். ராவணன் அதற்குச் சொல்லும் பதில் குறிப்பிடத்தக்கது. 'இந்தப் போரே காதலுக்காக உருவானதுதான். அதன் காரணமாக, நான் காதலுக்காகவே மடிந்ததாக இருக்கட்டும்' என்கிறான். ராமகியனில் ராவணனின் பாத்திரப்படைப்பைச் சுட்டிக் காட்டும் உதாரணமாக இதைக் கொள்ளலாம்.

ராமகியன் ராவணனிடம் மிகுந்து நிற்பது சீதைமீதான காதல். கம்பராமாயண ராவணனுக்குக் காமம் மேலோங்கி இருந்தாலும் சீதையை விடாது போராடுவதன் காரணம் மான உணர்ச்சி. 'சீதையை விடுவது உண்டோ, இருபது திண் தோள் உண்டால்?' என்று கேட்கும் கம்பனின் ராவணனுக்கும் காதலுக்காக மடிவதாகச் சொல்லும் ராமகியன் ராவணனுக்கும் உள்ள வித்தியாசம் நுட்பமானது.

கம்பராமாயணத்தில் ராவணன் பெரும்பாலும் காமுகனாகவே வர்ணிக்கப்படுகிறான். சீதையைப் பற்றி சூர்ப்பனகை விவரிக் கும்போதே 'தாபமும் காமநோயும் ஆருயிர் கலந்தது' என்கிறார் கம்பன். காம மயக்கத்தை உடையவன் ராவணன் என்று பொருள்பட, 'மருளுறு மனத்தினான்' என்கிறான் விபீஷணன். சீதையின்மீது கொண்ட காம இச்சையை வேரோடு களைந்து இவனை அழிப்பவர் யார் என்று 'அழுகு செய்யும் அணங்கின் மேல் வைத்த ஆசைப் பிணி பறித்து இவனை யாவர் முடிப்பவர்' என்று அங்கலாய்க்கிறான் அங்கதன். 'பேசுவது மானம், பேணுவது காமம், கூசுவது மாணுடரையோ' என்று ராவணனைப் பழிக்கிறான் கும்பகர்ணன்.

மாயாஜனகப் படலத்தில் காமவயப்பட்ட ராவணன் சீதையால் படும் பாட்டை வெளிப்படுத்த 'பெண்பால் வைத்த ஆசை நோய் கொன்றது என்றால் ஆண்மைதான் மாசுணாதோ' என்று ராவணனை மன்றாட

வைக்கிறார் கம்பன். கும்பகர்ணன் இறந்தவுடன் 'ஒரு பெண்மேல் கொண்ட ஆசையால் தாழ்ந்தேன்' என்று ராவணன் புலம்புவதாகச் சொல்கிறார். 'மூர்க்கன் முடித்தலை அற்றபோது அன்றி ஆசை அறான்' என்கிறார் கம்பன் அங்கதன் வாய் மொழியாக.

இந்திய ராமாயணத்தில் ராவணன் இன்னொருவன் மனைவியை அபகரித்த நீசன். ராமகியனில் சீதையை அபகரிக்கும் ராவணன் செயல், ராவணனுக்கும் ராமனுக்கும் போர் மூள காரணமாக இருந்தது என்பதைத் தவிர, வேறு வகையில் நிந்தனை செய்யப்படவில்லை. அது காதலின் தீவிரமாக வர்ணிக்கப்படுகிறது. இந்திய ராவணன் பெண் பித்தால் சகலத்தையும் நிர்மூலமாக்கியவன். தாய்லாந்து ராவணன் ஒரு பெண்ணின் மேல் உள்ள காதலால் சகலத்தையும் துறக்கத் துணிந்தவன். அவன் சாகும் தருணத்தில் சொல்லும் வார்த்தைகள், ஒரு காதல் பாட்டாக உருவாகி தாய்லாந்தில் உள்ள ஒரு கோயிலில் கவிதையாகக் கல்லில் செதுக்கப்பட்டிருக்கிறது.

ராவணன் குறித்த மதிப்பீட்டில் சீதையின்மேல் அவனுக்கு உள்ள காமத்தையே நோக்கமாக நிறுவிய கம்பன், ஒரு முக்கியமான கட்டத்தில் காதல் என்ற வார்த்தையைப் பயன்படுத்துகிறார். ராவணன் இறந்தபிறகு. அதுவும் மண்டோதரியின் கூற்றாக.

கள் இருக்கும் மலர்க் கூந்தல் சானகியை மனச் சிறையில் கரந்த காதல்
உள் இருக்கும் எனக் கருதி உடல் புகுந்து தடவியதோ ஒருவன் வாளி?

என்று புலம்புகிறாள் மண்டோதரி.

ராவணனின் உடல் முழுக்க எள் போடக்கூட இடம் இல்லாதவண்ணம் ராமனின் அம்புகள் துளைத்திருக்க, அந்தக் காட்சியைக் கண்டு கதறும் மண்டோதரி சொல்வதாக கம்பன் ராவணனின் உள்மனக் காதலை வெளிப்படுத்துகிறார். 'சீதையின் பால் அவன் கொண்ட காதல் அவனுள்ளே எங்கேயாவது பதுங்கியிருக்கும் என்று தடவிப் பார்த்தது போலப் பரவியிருந்தன அந்த அம்புகள்' என்று சொல்லும் நயம் மிக்க வரியில் வெளிப்படும் நுட்பமான உணர்வை எடுத்து, முற்றிலுமாகப் பிரதிபலிப்பதாக இருக்கிறது ராமகியனின் ராவணன் பாத்திரப் படைப்பு.

ராமகியனில் பெண்களின் கற்பு நிலை முக்கியத்துவம் வாய்ந்ததாகக் கருதப்படவில்லை என்று ஏற்கெனவே பார்த்தோம். அரக்கர்கள், வானரங்கள் என்ற இரு குழுவிலும் பெண்கள் போகப்பொருளாகவும் பல இடங்களில் பகடைக்காய்களாகவும் இருக்கின்றனர். பல பகுதி களில் பல மனைவிகளும் வைப்பாட்டிகளும் வைத்திருப்பது மன்னனுக்கு ஏற்றுக்கொள்ளப்படுவதுதான் என்ற வகையில் ராமகியனில் குறிப்புகள் வருகின்றன.

ராவணன் – கோன் முகமூடி

ராமகியனின் இதர அரசர்களான வாலி, சுக்ரீவன், தசரதன் ஆகியோர் பல பெண்களுடன் உறவு வைத்திருக்கும் பின்னணியில் இருந்து பார்த்தால், பெண்களை போகப்பொருளாக மட்டுமே நினைத்து நடத்திய இதர அரசர்களுக்கும் ராவணனுக்கும் பெரிய வேறுபாடு இல்லை என்று எண்ணத் தோன்றுகிறது. ராமகியனில் அனுமனின் பாத்திரப் படைப்பு ஓர் உதாரணம்.

முக்கியமான மதிப்பீடாக, ராமன், லக்ஷ்மணன் ஆகியோரின் பாத்திரப் படைப்பை வைத்து ராவணனை ஒப்பிடுவது இன்னும் சுவாரசிய மானது. தென்கிழக்கு ஆசிய நாடுகளின் சில ராமாயணங்களில் ராமனுக்கும் லக்ஷ்மணனுக்குமே பல மனைவிகள் இருப்பதாகக் கதைகள் இருக்கின்றன. குறிப்பிட்டுச் சொல்லவேண்டும் என்றால் லாவோஸிய ராமாயணம்.

இந்தியாவின் வாசுதேவஹிண்டி ராமாயணத்தில் ராமனுக்கு எட்டாயிரம் மனைவிகள் இருந்தார்கள் என்ற கதையைப் பிரதிபலிக்கும் விதமாக லாவோஸிய ராமாயணத்திலும் இது போன்ற குறிப்புகள் இருக்கின்றன. இந்தப் பின்புலத்தில் ராவணன் செயல் பெரிய பாவமாக கருதப் படாமல், பண்டைய காலங்களில் இருந்த வழக்கம்போல எதிரிநாட்டு மன்னனின் மனைவியரைக் கவர்ந்து அவனைப் போருக்கு அழைக்கும் வழக்கத்தின் அடிப்படையில் செய்த செயலாக மட்டுமே கணிக்கப் படும் வாய்ப்பு உள்ளது.

ராவணனைப் பத்து தலை, இருபது கைகள் கொண்ட ஒரு அசுரனாகச் சித்திரிக்காமல் அறிவும் அழகும் பொருந்திய வசீகரமானவனாகச் சித்திரிக்கும் முயற்சிகளும் இந்தப் பிரதேசத்தில் இருக்கிறது. இதன் வேர்களும் இந்தியாவிலிருந்தே தோன்றியிருக்கின்றன. வால்மீகியின் மரபில் வராத சில இந்திய ராமாயணங்களில் ராவணனின் வித்தியாச மான பாத்திரத் தன்மையை நாம் இனம் காணலாம். விமலாசூரியின் சமண ராமாயணத்தில் ராவணனுக்குப் பத்து தலைகளும் இல்லை; அவன் புலால் உண்பவனும் இல்லை.

சீதையைக் கவர்ந்து சென்ற செயலுக்குக்கூட நியாயம் கற்பிக்கும் கிளைக்கதைகள் உண்டு. இவற்றின் மூலமும் இந்தியாதான். உதாரண மாக வங்காளத்தில் 'ராம்லீலா ஜஃமுர்' என்ற நாட்டுப்புறக் கதைகளைச் சொல்லலாம். இந்தக் கதைகளின்படி ராவணன் சீதையைக் கவர்ந்து சென்றது சூர்ப்பனகையைத் திருப்தி செய்ய மட்டுமே. கடத்திச் சென்ற சீதையைத் தன் தாயைப் போலப் பாதுகாத்தான் ராவணன் என்கிறது ராம்லீலா ஜஃமுர். ஆத்யாத்ம ராமாயணம் இன்னோர் உதாரணம். ராவணன் சீதையைக் கடத்தித் தன் இறப்புக்கு வழிதேடியது ராமன்

கையால் கொல்லப்பட்டு வைகுந்தம் அடைய என்கிறது இது. ஆனந்த ராமாயணமும் இதே கோணத்தைச் சித்திரிக்கிறது.

இது போன்ற மாற்றங்களால் உந்தப்பட்ட ராமகியனும் ராவணனை ஒரு சிறந்த வீரனாக, காதலனாக, வஞ்சிக்கப்பட்ட பலம் பொருந்திய அரக்கனாக உருமாற்றுகிறது.

கும்பகர்ணன், இந்திரஜித் என்று அத்தனை பேரும் இறந்தபின் தான் இறப்பது உறுதி என்று தெரிந்து, இறுதி நாள் யுத்தத்துக்குப் போகும் ராவணனின் மனநிலைகூட ராமகியனில், கம்பராமாயணத்தோடு பெரிதும் மாறுபடுகிறது. மன உளைச்சலோ பதட்டமோ இல்லாமல் நிஷ்காம்ய பூஜையில் ஈடுபடுகிறான் கம்பனின் ராவணன். இதற்கு மாறாக, தன் காதல் நிறைவேறாத மன உளைச்சலில் இரவைக் கழிக்கிறான் ராமகியனின் ராவணன்.

ராமகியன், ராவணனின் இறப்பைக் கையாண்ட விதம் அந்தப் பாத்திரத்தின் உயரிய தன்மையைப் பிரதிபலிப்பதாக அமைகிறது. ராமகியனில் மிக உருக்கமாக எழுதப்பட்ட பகுதி தசரதன் இறப்போ, ராமன் காட்டுக்குப் போகும் காட்சியோ, சீதை இறந்துபோனதாக ராமன் நம்பும் கட்டமோ அல்ல. தான் இறப்பது உறுதி என்று தெரிந்து ராவணன் இறுதி நாளைத் தன் அரண்மணையில் கழித்த காட்சிதான் உணர்ச்சிமிகுந்த வர்ணனைகளுடன் காவியத்தனமாக எழுதப்பட்டுள்ளது.

ராமன் இறந்தபின் சீதை துன்பத்தில் மூழ்கவேண்டும். அப்படி நடக்காவிட்டால் மண்டோதரி அதைச் செய்ய வேண்டும் என்று சபதமிட்டு, 'இன்று இரண்டின் ஒன்று ஆக்குவென்' என்று சூளுரைத்துச் செல்லும் கம்பனின் ராவணனை ஒப்பிட்டால், ராமகியனின் ராவணன் காதலில் தோல்வியுற்று மனது ஒடிந்துபோய் இறப்பதற்குத் தயாரான வீரனாகவே தோன்றுகிறான். ராவணன் என்ற பாத்திரத்தின் காதல்வயப் பட்ட தன்மைக்கு ராமகியன் கொடுத்துள்ள முக்கியத்துவத்தையே இது உணர்த்துகிறது. கீழ்க்கண்டவாறு போகிறது அந்த விவரிப்பு.

அன்றுதான் தன் வாழ்வின் கடைசி இரவு என்று ராவணனுக்குத் தெரியும். நாளைய போருக்குப் பிறகு பகலோ இரவோ வராத நீண்ட நிம்மதியான உலகத்தை ஆன்மா அடைந்துவிடும். நாளை அவனுடன் போருக்கு வரப்போகும் வீரர்களுக்கும் அந்த உண்மை தெரியும். அவனுடன் சேர்ந்து இறப்பதற்கு அவர்களும் தயாராகிவிட்டார்கள்.

மண்டோதரியும் இதர ஆசை நாயகிகளும் இரவு முழுக்க அழு கிறார்கள். மண்டோதரி சீதையைத் திருப்பி அனுப்பி, போரை நிறுத்துமாறு வேண்டுகிறாள். ராவணன் மீண்டும் மறுக்கிறான். தான்

ஒருவன் மட்டும் உயிர் வாழ்வதைவிட, போரிட்டு உயிர் துறப்பதே சிறந்தது என்கிறான்.

'இல்லை மண்டோதரி. அப்படிச் செய்தால் மூவுலகமும் என்னைப் பார்த்துச் சிரிக்கும். நிறைவேறாத ஆசையுடன் மனம் ஒடிந்து வாழ்வதை விட வீரத்துடன் சண்டையிட்டு இறந்து போவது சிறந்தது என்று உலகம் என் இறப்பைக் கண்டு தெரிந்துகொள்ளட்டும்' என்கிறான்.

பொழுது புலர்கிறது. ஊடுறுவும் காலை ஒளி, சாவு அவனை நெருங்கி வருவது போன்ற பிரமையை ஏற்படுத்துகிறது. வாழப்போகும் இறுதி நாள். இந்திரனுக்கு ஒப்பாக மிகுந்த பகட்டுடன் ஆடைகள் அணிந்து கொள்கிறான். சிங்கங்கள் பூட்டிய ரதத்தில் அமர்ந்து கொள்ள, ரதம் திடுமென்று கிளம்புகிறது. மண்டோதரியும் இதரப் பெண்களும் கதறி அழுதபடி தேரைத் தொடர்ந்து ஒடி வருகிறார்கள். அவர்களின் ஒலம் அவனை மேற்கொண்டு செல்ல இயலாமல் தடுக்கிறது.

தேரை நிறுத்துகிறான். கூடவே ஒடி வரும் பெண்களிடம் இறுகிய முகத்துடன் சொல்கிறான்: 'எனக்காக அழாதீர்கள். என்னைப் பின்தொடராதீர்கள். நம் வாழ்க்கை இதுநாள்வரை பூத்துக் குலுங்கும் சோலை போல மகிழ்ச்சியாக இருந்தது. அந்தச் சந்தோஷத்திலே திரும்பிச் செல்லுங்கள். உங்கள் அரசன் இன்றைக்கு இறக்கவேண்டும். காதலுக்காக உயிர் தரவேண்டும். காதலுக்காக இத்தனை நாள் வாழ்ந்த வாழ்க்கைக்கு ஒப்பாக, காதலுக்காக இன்று உயிர் துறக்கவேண்டும். அழாதீர்கள். உங்கள் ராணியிடம் போய்ச் சொல்லுங்கள். இந்தத் துக்க கரமான வேளையில் அவளுக்குத் துணையாக இருங்கள். நான் போகிறேன். என் சாவு என்னை அழைக்கிறது.'

அவர்கள் விடாமல் தொடர்கிறார்கள். சிலர் மார்பில் அறைந்து கொண்டு அழுகிறார்கள். சில பெண்கள் உரத்த குரலில் போகாதே என்று அரற்று கிறார்கள். இன்னும் சிலர் அவனைப் போகவிடாமல் அவன் ரதத்தின்முன் விழுகிறார்கள். இறுதி முறையாக அவர்களைப் பார்த்துவிட்டு மனத்தை இறுக்கிக்கொண்டு, ரதத்தை விரைவாகச் செலுத்துகிறான்.

தேர் இழுக்கும் சிங்கங்களை விரட்டி ஒடச்செய்கிறான். தேர் விரைய விரைய, இந்த இடத்தைத் தான் பார்ப்பது இன்றுதான் இறுதிமுறை என்ற எண்ணம் அவனை வருத்துகிறது. பக்கவாட்டில், விரையும் அரண்மனையையும் தோட்டங்களையும் உற்று நோக்குகிறான். இலங்கையின் அரசன் நான் என்ற பெருமிதம் நெஞ்சை நிறைக்கிறது. தங்கமும் கற்களும் இழைத்த அரண்மனை கண்களில் ஜொலிக்கிறது. இந்தப் படாடோபமான அரண்மனைக்கு இனித் திரும்பமுடியாது. அரண்மணையை ஒட்டிய தோட்டங்களையும் அதில் பூத்துக் குலுங்கும்

மலர்களையும் இனிப் பார்க்கமுடியாது. தோட்டங்களில் அழகிய மங்கையருடன் ஆடி ஓடிக் களித்தது நினைவில் உரசுகிறது.

மலர்ந்து தலையசைக்கும் பூக்களைப் பார்த்ததும் அவனுக்கு மறுபடி சீதையின் நினைவு வருகிறது. என்ன அழகான முகம்! புரவசப்படுத்தும் எழில்! அவளைப் பற்றி நினைப்பதே இவ்வளவு ஆனந்தம் தருகிறதே... அவளுடனே இருக்கும் வாய்ப்பு கிடைத்திருந்தால்... ஏக்கப் பெருமூச்சு அனலாக வெளிப்படுகிறது. இப்போதுகூட அவளை ஒரு முறை பார்த்துவிட்டு வரலாமா? சாவதற்குமுன் அந்தத் தேவதையை ஒரு முறை தரிசனம் செய்த மகிழ்ச்சியில் இறந்துபோகலாம். என் ஆன்மா சாவின் துயரம் இல்லாமல் சாந்தியடையும். போகலாமா? அசோக வனம் இந்த இடத்தில்தானே இருக்கிறது. போகலாமா? வேண்டாம். வீரனுக்கு அது அழகல்ல. 'போருக்குச் செல்பவன் வீரத்தோடு போகாமல் காதல் அண்டிய மனத்தோடு அவள் பின்னால் போகிறான் பார்' என்று உலகம் ஏசும். 'வேண்டாம் போ... நேராக ரதத்தை ஓட்டு. போர் முனைக்குப் போ.' மனம் விரட்டுகிறது.

இன்றுடன் இலங்கையோடு அவனுக்கிருந்த தொடர்பு அறுபடப் போகிறது. நாடு. மக்கள். அத்தனை பேரையும் பிரியவேண்டும். உலகத்தின் எந்த இடத்திலும் இல்லாத, ஆயிரம் மடங்கு சந்தோஷ மூட்டிய, இந்திரனின் சுவர்க்கபுரியையிடச் சுகமளித்த இலங்கையை விட்டுப் பிரியப்போகிற நேரம் வந்துவிட்டது.

அவனைத் தொடரும் வீரர்கள் நம்பிக்கை அகன்று பொலிவிழந்து காணப்படுகிறார்கள். அவர்களின் உற்சாகமின்மை தனிமையில் வாடும் அவன் மனத்தை ஓலமிடச் செய்கிறது. காற்று வீசாமல் மௌனமாக உறைந்துபோய், மரங்கள் அசையாமல் நிற்கின்றன. அவை தாங்கிய பூக்கள் அத்தனையும் உதிர்த்து பட்டுப்போயிருக்கின்றன. அவன் ரதத்தில் படபடக்கும் கொடியும் முடங்கிப்போய் மௌனமாகத் தலை தொங்கிக் கிடக்கிறது. பறவைகள் பாடவில்லை. சிங்கங்கள் கர்ஜிக்க வில்லை. நிசப்தமாக, சூழல் நின்றுபோயிருக்கிறது. சூரியன் கூட மப்பும் மந்தாரமுமாகச் சூழ்ந்திருந்த வானத்தில் ராவணன் போவதைப் பார்க்கச் சகிக்காமல் ஒளிந்து கிடந்தான். பூமியே அழிந்துவிடப் போவதுபோல அத்தனையும் உறைந்துபோய்க் கிடந்தன. போர்க்களம் கண்ணெதிரே தெரிந்தது. அவன் தன் ரதத்தை விரைவாகச் செலுத்திய படி நிமிர்ந்து நின்றான்.

இப்படி உணர்ச்சிபூர்வமாக விவரிக்கிறது ராமகியன்.

கிள்ளையோடு பூவை அழுத, உரு அறியாப் பிள்ளை அழுத
ஆவும் அழுத, அதன் கன்று அழுத, அன்று அலர்ந்த பூவும் அழுத
நா தாம் பற்றா மழை நங்கை மார் ஏங்கினர்

என்று அயோத்தியில் வயிற்றில் உருவாகியிருக்கும் கரு உட்பட அனைத்து உயிரினங்களும் பட்ட தவிப்பை விவரித்து, மூன்று பாடல்களில் சோகத்தைக் கொட்டித் தீர்த்து, ராமன் கானகம் செல்கையில் கம்பன் விவரிக்கும் உருக்கமான காட்சிக்கு ஒப்பாக ராமகியன், ராவணன் இலங்கையை விட்டுப் போவதை விவரிக்கிறது.

இது தற்செயலாக நிகழவில்லை. இந்திய ராமாயணம் ராமனிடம் கொண்ட பக்திக்கு ஒப்பாக ராமகியனுக்கு ராவணன் என்ற பாத்திரத்தின் மேல் ஏற்பட்ட பரிவால்தான் இருக்கவேண்டும். அதனால்தானோ என்னவோ, தாய்லாந்தில் ராமாயண கொன் நாடகங்களில் ராவணன் இறக்கும் காட்சி மட்டும் நடிக்கப்படுவதே இல்லை.

10. ராமகியனின் வேர்கள்

தென்கிழக்கு ஆசியாவில் ஏற்பட்டுள்ள இந்து மதப் பாதிப்பில், இந்தியாவின் எந்தப் பகுதிக்குப் பங்கு அதிகம் என்ற விவாதம் இந்திய ஆராய்ச்சியாளர்களுக்குள் நடக்கும் தீராத சர்ச்சை. வடக்கு, மேற்கு, தெற்கு என்று வேறுவேறு பகுதிகளில் இருந்து வரும் ஆராய்ச்சி யாளர்கள், அவரவர் சார்ந்த பிரதேசத்தையே முதன்மைப்படுத்தி, தங்கள் பிரதேசம்தான் அதிகத் தாக்கம் செலுத்தியுள்ளது என்ற கருத்தை முன்வைக்கிறார்கள்.

இந்தியாவின் அனைத்துப் பகுதிகளும் சம அளவில் தென்கிழக்கு ஆசியாவைப் பாதித்துள்ளன என்பதை தாய்லாந்து ராமாயணத்தைக் கவனமாக ஆராய்ந்தால் தெரியவரும். வங்காளம், தமிழகம், ஒரிசா, ஆந்திரம் என்று வெவ்வேறு பகுதிகளிலிருந்து வந்த இந்தியர்களின் பாதிப்பு தென்கிழக்கு ஆசிய நாடுகளில் மொழி, இலக்கியம், சிற்பம், நாட்டியம், கட்டடக்கலை என்று பல வடிவங்களில் வியாபித்திருக் கிறது. அதேபோல, இந்தியாவின் அனைத்து ராமாயண வடிவங்களை யும் தன்னிடத்தே கொண்டுள்ளது ராமகியன்.

புத்த, சமண, சைவ, வைணவ நம்பிக்கைகள், வாய்மொழிப் பாரம் பரியங்கள், நாட்டுப்புறக் கதைகள் என்று ஏராளமான ராமாயண வடிவங்கள் இந்தியாவில் உள்ளன. ஒன்றுக்கொன்று முரண்பாடு கொண்ட ராமாயண வடிவங்களும் உள்ளன. ராமகியன், இந்த அனைத்தையும் ஒருங்கிணைக்கும் ஒரு முயற்சி போலத் தோன்றுவது அதன் தனிச்சிறப்பு. எந்த ஒரு வடிவத்தையும் மிகுதியாகச் சாராமல், சில வடிவங்களைத் தவிர்த்து, புராணக் கதைகளை உள்ளடக்கி, பிரத்யேகமான வடிவம் ஒன்றைப் படைத்துள்ளது ராமகியன்.

அத்துடன் தாங்கள் வாழும் பிரதேசத்தின் சமூக, கலாசாரக் கூறு களையும் பிரதிபலித்து, தன் தனித்தன்மையை வெளிப்படுத்தியுள்ளது.

தாய்லாந்து, புத்த மதத்தைத் தழுவிய நாடு. புத்த ராமாயணத்தின் படி, முந்தைய பிறப்பில் புத்தர் ராமனாகப் பிறந்துள்ளார். ஆனால், புத்த ராமாயணமான தசரத ஜாதகாவை முற்றிலுமாகப் புறக்கணித்து விட்டது ராமகியன். தசரத ஜாதகா கதைகள் எழுதப்பட்ட கி.மு இரண்டாம் நூற்றாண்டிலேயே தென் கிழக்கு ஆசிய நாடுகள் இந்தியா வுடன் தொடர்புகளை ஏற்படுத்திக்கொண்டன என்றாலும், புத்த ராமாயணம் ராமகியனைப் பாதிக்கவில்லை என்பது ஆச்சரியமே.

தசரத ஜாதகாவில், தசரதனின் குடும்பமான ராமன், சீதை லக்ஷ்மணன், பரதன் என்ற பாத்திரங்கள் மட்டும் அங்கம் வகிக்கும் கதை. ராவணனும் அரக்க சேனையும் அவர்களுடன் போரிடும் அனுமன் உள்ளிட்ட வானர சேனையும் இல்லாத கதை. அந்த புத்த மரபை விட்டு, ராவணனையும் அனுமனையும் முக்கியமான பாத்திரங்களாகச் சித்திரிக்கும் இந்து மத வடிவத்தை ராமகியன் எடுத்துக்கொண்டுள்ளது. சீதை ராமனுக்குத் தங்கை என்றும் சீதையை ராமனே மணந்துகொண்டார் என்றும் சொல்லும் தசரத ஜாதகாவின் கூறுகளை ராமகியனில் நாம் பார்க்க முடியாது. அண்டை நாடான லாவோஸில் தசரத ஜாதகா முதன்மை யான வடிவமாக ஏற்றுக்கொள்ளப்பட்டிருக்க, தாய்லாந்தோ புத்த ராமாயணத்தை விலக்கி வால்மீகி ராமாயணத்தை ஏற்றுக் கொண்டிருப்பது கவனிக்கத்தக்கது.

சமண ராமாயணங்கள், வால்மீகி ராமாயணத்தை ஏற்காமல் நிறைய மாறுதல்களைச் செய்தன. மிதமிஞ்சிய கற்பனை, இயல்புக்குப் புறம்பான சித்திரிப்பு ஆகியவற்றால் வால்மீகி, ராமாயணத்தைச் சிதைத்துவிட்டார் என்று குற்றம்சாட்டும் சமண ராமாயணங்கள் வால்மீகியின் பாத்திரப் படைப்பிலும் சம்பவங்களிலும் நிறைய மாற்றங்களைச் செய்தன.

நான்காம் நூற்றாண்டு தொடங்கி பன்னிரண்டாம் நூற்றாண்டு வரை, சமண ராமாயணங்கள் பல வடிவங்களில் எழுதப்பட்டன. தாடகை வதம், பரசுராமனுடன் யுத்தம், அகலிகை சாபவிமோசனம் ஆகியவை சமண, புத்த ராமாயணங்களில் இல்லை. சமண ராமாயணங்கள், ராமன் விஷ்ணுவின் அவதாரம் என்பதை ஏற்பதில்லை. சீதையை மானுடக் குழந்தையாகச் சித்திரித்து சீதையின் அவதாரத் தன்மையை அகற்றி விட்டன. ராமனை சமண மதக் கொள்கைகளைப் பின்பற்றுபவனாகச் சித்திரித்து தங்கள் மதத்தைப் பரப்பும் உத்தியாக ராமாயணத்தைப் பயன்படுத்திக்கொண்டன.

ராமனுக்கு ஆதரவாக வானர சேனை

சில புத்த, சமண ராமாயணங்கள் நான்கு சகோதரர்கள் பிறந்த வரிசை யையும் அவர்களது தாய்மார்களையும் வேறுபடுத்திச் சொல்கின்றன. தசரத ஜாதகா, கௌசலைக்கே ராமனும் லக்ஷ்மணனும் பிறந்ததாகச் சொல்கிறது. வாசுதேவஹிண்டி ராமாயணம் கைகேயிக்கு பரதனும் சத்ருக்கணனும் பிறந்தனர் என்கிறது. சமண ராமாயணங்களுக்குள்ளும் இதுபோன்ற வேறுபாடுகள் ஏராளமாகத் தென்படுகின்றன.

ராமகியன், சமண ராமாயணங்களின் கதைப் போக்கில் சிலவற்றை மட்டும் ஏற்றுக்கொண்டு பெரும்பாலான பகுதிகளை ஒதுக்கிவிட்டது. ராமனை விஷ்ணுவின் அவதாரம் என்ற இந்து சமயக் கருத்தை ஒப்புக் கொண்ட ராமகியன், ராமனின் பாத்திரப் படைப்பைச் சித்திரிக்க சமண ராமாயணங்களில் தென்படும் ராமனின் மானுடத் தன்மையை மட்டும் ஏற்றுக்கொண்டுள்ளது. சீதையின் பாத்திரத்துக்கும் இது பொருந்தும். சீதை ஒரு மானுடக் குழந்தை என்ற சமண ராமாயணக் கருத்தை ஏற்றுக் கொண்ட ராமகியன், தன் மகள் என்று தெரிந்துகொண்டே சீதையை ராவணன் மோகித்தான் என்ற உத்திரபுராணம் என்னும் சமண ராமாயணத்தின் நெருடலான கோணத்தைத் தவிர்த்துள்ளது.

ஒரே பாத்திரத் தன்மையை விவரிக்க, இந்தியாவின் இரண்டு கொள்கை வேறுபாடுள்ள வடிவங்களிலிருந்து பொருத்தமான அம்சங்களை சம அளவில் எடுத்துக்கொண்டு ராமனின் பாத்திரப் படைப்பில் நுணுக்க மான மாற்றத்தைக் கொண்டுவந்தது ராமகியனின் சிறப்புகளில் ஒன்று.

அசுரர்களின் ஆளுமையிலிருந்து கதையைத் தொடங்குவது, ராமன் சீதையின் மேல் சந்தேகப்படுவதாகச் சொல்வது போன்ற சமண ராமாயணக் கருத்துகளை ராமகியன் பிரதிபலிக்கிறது. ஆனால் ராமனுக்கும் லக்ஷ்மணனுக்கும் ஆயிரக்கணக்கில் மனைவிகள் இருந் தார்கள் என்ற சமண ராமாயணச் சித்திரிப்பை ராமகியன் தவிர்த்து விட்டது. வாசுதேவஹிண்டி ராமாயணத்தில் ராமனுக்கு எட்டாயிரம் மனைவிகள் இருந்தனர். சீதை உட்பட மூன்று பேர் முதன்மையான வர்கள். லக்ஷ்மணனுக்குப் பதினாறாயிரம் மனைவிகள். அதில் ஒன்பது பேர் முதன்மையானவர்கள். வால்மீகி, கம்ப ராமாயணங்களின் முக்கியத்துவம் வாய்ந்த ஏக பத்தினி விரதன் கொள்கையை ராமகியன் ராமன்மீது ஏற்றியது. இந்த நுணுக்கமான வேறுபாடு ராமகியனின் காப்பியத்தன்மையை வெகுவாக உயர்த்திக் காட்டுகிறது.

இந்து புராணங்களில் சொல்லப்பட்ட சில கதைகளை ராமகியன் தகுந்த இடங்களில் சுவைபடக் கையாண்டுள்ளது. ராவணனின் முந்தைய பிறப்பைப் பற்றிய கதை, சிவபெருமான் தன் வாயில் காப்போனுக்கு அவன் தீண்டுபவர்கள் இறந்துபோவார்கள் என்கிற வரம் அருளும் கதை, அவனைக் கொல்ல விஷ்ணு ஒரு நாட்டியக்காரி வடிவில்

வருவது என்று ராமகியனில் தென்படும் இந்திய புராணக்கதைகளை உதாரணமாகச் சொல்லலாம். சைவ புராணங்களைப் போல ராமன், சிவனை வணங்குபவராகவோ அல்லது அவரின் கட்டளைக்கு உட்பட்டு நடப்பவராகவோ சித்திரித்து சைவ புராணங்களின் பாதிப்பைப் பெற்றிருக்கிறது ராமகியன்.

ராமாயணங்கள் அனைத்துக்கும் ஆதாரமே வால்மீகியின் வடிவம்தான். ராமகியனுக்கும் ஆதாரம் வால்மீகிதான். வால்மீகி ராமாயணம் தொடர்பான மிகப் பழமையான கல்வெட்டு வியட்நாமின் வோகன் பகுதியில் கண்டெடுக்கப்பட்டுள்ளது. சமஸ்கிருதத்தில் உள்ள இந்தக் கல்வெட்டு மூன்றாம் நூற்றாண்டைச் சேர்ந்தது. கல்வெட்டில் குறிப்பிடப்பட்ட அரசன் ஸ்ரீமாறன் என்னும் பாண்டிய மன்னன். சீனர்களின் நூல் குறிப்புகளின்படி ஆறாம் நூற்றாண்டில் ராமாயணம், மகாபாரதம் மற்றும் பெயர் குறிப்பிடப்படாத இன்னொரு புராணம் ஆகியவை கம்போடியாவின் திரிபுவனேஸ்வரர் கோயிலில் தினமும் ஓதப்பட்டது தெரிகிறது.

பிரகாஷ் தர்மா என்ற அரசன், கி.பி ஏழாம் நூற்றாண்டில், தெற்கு வியட்நாம் பகுதியில் வால்மீகிக்கு ஒரு கோவிலைக் கட்டியுள்ளான் என்பதைத் தெரிவிக்கும் கல்வெட்டு ஒன்று கிடைத்துள்ளது.

ஆனால் ராமகியன், வால்மீகி ராமாயணத்திலிருந்து முழுமையாக எடுத்தாளப்படவில்லை. பல அம்சங்களில் வேறுபடுகிறது ராமகியன்.

முதலில், சமண ராமாயணங்களின் சில பகுதிகளை ராமகியன் ஏற்றுக் கொண்டுள்ளது. அடுத்து, வால்மீகியில் சொல்லப்படாத கிளைக் கதைகள், மந்திரம், மாயாஜாலம் போன்ற அம்சங்கள் ஆகியவற்றை ராமகியன் புகுத்தியுள்ளது. வால்மீகி வெறுப்பை உமிழ்ந்த ராவணன் பாத்திரத்தை ராமகியன் முற்றிலும் மாற்றியமைத்து, ராவணனுக்கு முக்கியத்துவம் கொடுத்துச் சித்திரித்துள்ளது.

கம்பராமாயணத்தின் தாக்கம் ராமகியனில் நிறையவே உள்ளது. யுத்தகாண்டத்துக்குப் பெரும் முக்கியத்துவம் தரும் கம்பராமாயணம் போல ராமகியனின் பிரதானமான பகுதி யுத்தகாண்டத்தை விவரிக் கிறது. மேலும் வால்மீகி ராமாயணத்திலிருந்து நுணுக்கமாய் வேறு படும் கம்பராமாயணப் பகுதிகளோடு ஆச்சரியகரமாக ஒத்துப்போகிறது ராமகியன்.

விஷ்ணுவே ராம, லக்ஷ்மண, பரத, சத்ருக்கணர்களாக அவதாரம் எடுத்தார் என்ற வால்மீகியின் கூற்று, கம்பனில் மாறுபடுகிறது. விஷ்ணு ராமனாகவும், சங்கு, சக்கரம், ஆதிசேஷன் அவருடைய தம்பிகளாகவும் பிறப்பதாகக் கூறும் கம்பராமாயணத்தைச் சார்ந்திருக்கிறது ராமகியன்.

'கண்ணோடு கண்ணைக் கவ்வி ஒன்றை ஒன்று உண்ண, உணர்வு ஒன்றிட அண்ணலும் நோக்க அவளும் நோக்க' சுயம்வரத்துக்கு முன் ராமனும் சீதையும் பார்வையால் இணையும் காட்சி கம்ப ராமாயணத்தின் தனித்துவங்களில் ஒன்று. தமிழ்க் களவியல் நெறிக்கேற்ப கம்பன் படைத்துச் சேர்த்த காட்சி, ராமகியனில் தென்படுகிறது. சீதை ராமனைப் பார்த்து, காதல் வயப்பட்டு, ராமனே வெல்லவேண்டும் என்று பிரார்த்திக்கும் காட்சி ராமகியனின் விசேஷ அம்சங்களின் ஒன்று.

சூர்ப்பனகையின் வரவு வால்மீகி ராமாயணத்தில் அரக்கியின் வடிவிலும், கம்ப ராமாயணத்தில் அழகியின் வடிவிலும் இருக்கிறது. ராமகியனில் அழகி வேடமிட்டே சூர்ப்பனகை வருகிறாள். அவள் அழகைப் பார்த்து ராமன் வியக்கவும் செய்கிறான். சூர்ப்பனகைக்கும் ராமனுக்கும் இடையே நடக்கும் உரையாடலும் அதன் பின்னர் தொடரும் கதைப் போக்கும் கம்பராமாயணத்தைச் சார்ந்தே உள்ளன.

வால்மீகி ராமாயணத்தில் போருக்கு முதலில் வருவது இந்தரஜித். கம்ப ராமாயணத்திலும் ராமகியனிலும், ராவணனின் சுடு சொற்கள் தாங்கி, அவனுக்கு நன்றிக்கடனாக, முதலில் போரிட வருவது கும்பகர்ணன். ராமகியனின் ராவணன் பாத்திரப் படைப்பும் கம்பராமாயணத்தைப் பெரிதும் சார்ந்தே உருவாகியுள்ளது எனலாம்.

ராமகியன் கம்பராமாயணத்திலிருந்து மாறுபடும் சம்பவங்களும் ஏராளமாக இருக்கின்றன. அனுமன், ராமன் பாத்திரப் படைப்பில் நிறைய மாற்றங்கள் உள்ளன. வால்மீகி ராமாயணத்தில் இருந்த நெருடலான சில பகுதிகளை அவதார நோக்கத்துக்கு ஏற்ப, மிக அழகாக மெருகேற்றிய கம்பராமாயணத்தின் ஆன்மிக பலம் ராமகியனில் இல்லை. ராமன் சீதையைக் கொன்றுவிடக் கட்டளை இடுவதும், அனுமனின் ஸ்திரீபிரியத் தன்மையும் கம்பராமாயணத் துக்கும் ராமகியனுக்கும் உள்ள வேற்றுமைகள்.

வால்மீகி மற்றும் கம்பனின் ராமாயணங்களில் இல்லாத சில சம்பவங்கள் ராமகியனில் காணப்படுகின்றன.

ராமகியனில் காணப்படும் மயுரப் என்ற பாதாள உலகின் அரசன், ராமனைக் கடத்திச் சென்று சிறையில் அடைக்கும் கதை, வால்மீகி, கம்பன் இரண்டிலும் இல்லாதது. ராமன் சீதைமேல் சந்தேகப்பட்டுக் காட்டுக்கு அனுப்புவது, அங்கதன் வாலை நீட்டி ஆசனமாக்கி உட்காருவது, ராவணன் நடத்தும் யாகத்தைத் தடுக்க அனுமன் செய்யும் அதர்ம முயற்சிகள், மந்திரத்தால் ராமனின் பிள்ளை லவன் உருவாகும் கதை போன்ற கிளைக் கதைகளும், அனுமன், ராவணன் ஆகியோரின் பாத்திரப் படைப்பும், வால்மீகி, கம்பன் ராமாயணங்களில் இல்லை.

ஹெர்மான் யாகோபி (Hermann Jacobi) என்ற ஆராய்ச்சியாளர் வால்மீகிக்கு முன்னரே வாய்மொழிப் பாரம்பரியமாக இருந்த ராமாயண வடிவங்களில், வட புலம், தென் புலம் என்று பிரதானமாக இரண்டு பிரிவுகள் இருந்ததாகச் சொல்கிறார். ராமன் என்ற அறநெறி தவறாத, தந்தை சொல்லுக்குக் கட்டுப்பட்ட, நல்லாட்சி புரிந்த அரசனைப் பற்றிய ராமாயணக் கதை ஒன்று. இது வட இந்தியாவில் தோன்றியது. இந்த வடிவத்தில் ராவணனும் இல்லை, அனுமன் உட்பட வானரங்களும் இல்லை.

இரண்டாவது ராமாயண வடிவம் தென்னிந்தியாவில் தோன்றியது. ராவணனைப் பிரதானப்படுத்தி அரக்கர்களுக்கும் வானர சேனைக்கும் இடையே நிகழும் போர்களை விவரிக்கிறது இந்த வடிவம். இதில் ராமன் என்ற பாத்திரமே இல்லை.

வால்மீகி இந்த இரண்டு வடிவங்களையும் இணைத்து ஒரு புதிய ராமாயணத்தை உருவாக்கினார் என்கிறார் யாகோபி. தெற்கின் அசுரர்களுக்கும் வானரங்களுக்கும் இடையே நிகழும் போரையும் வடக்கிலே ஆட்சி புரிந்த ராமன் என்ற மன்னனையும் இணைத்ததில் புதிய ராமாயணம் ஒன்று உருவானது. முதலாம் நூற்றாண்டு தொடங்கி பெரும் சக்தியாக உருவெடுத்த வைணவச் சம்பிரதாயத்துக்கு ஏற்ப விஷ்ணுவின் அவதாரமாக ராமனின் கதை பரிணாம வளர்ச்சி பெற்றது. இந்தப் புதிய வடிவத்தில் ராவணன் என்ற கொடுங்கோலனைக் கொல்லும் அவதார நோக்கமும் உட்புகுந்து வால்மீகி ராமாயணம் உருவானது.

அப்படி உருவான ஐந்து பாகங்களைக் கொண்ட வால்மீகியின் வடிவமே பிற்சேர்க்கைகளால் விரிவாக்கப்பட்டு, அதன் தற்போதைய வடிவத்தைக் கொண்ட காவியமாகக் காலப்போக்கில் நிலைத்தது. பிற்சேர்க்கைகள் அடங்கிய வடிவத்தை மெருகேற்றி, திருத்தங்கள் செய்து, கம்பன், துளசிதாசர் போன்றோர் பல ராமாயண வடிவங்களை உருவாக்கினர். இவை அனைத்துமே வால்மீகி மரபைச் சேர்ந்தவை.

அதே சமயத்தில் தெற்கின் வாய்மொழிப் பாரம்பரியத்தைச் சார்ந்து அதற்கு இணையான ராமாயண வடிவங்களும் உருவாயின. அந்த வடிவங்களில், ராமனுக்கு இணையான அல்லது அதையும் மீறிய முக்கியத்துவம் ராவணனுக்கு அளிக்கப்பட்டது. இதன் அடிப்படையில், இந்திய ராமாயணப் பாரம்பரியத்தை வால்மீகி சார்ந்த ஒரு பிரிவாகவும் அதனைச் சாராத இன்னொரு பிரிவாகவும் யாகோபி விவரிக்கிறார்.

அந்தந்த இந்தியப் பிரதேசங்களில் வழங்கி வந்த வால்மீகி மற்றும் வால்மீகி சாராத ராமாயணங்கள் தென்கிழக்கு ஆசியாவில் புகுந்தன.

தாய்லாந்தில், பிரம்பனன் எனும் ஒன்பதாம் நூற்றாண்டுக் கோயிலில் ராமாயணச் சிற்பங்கள் கண்டுபிடிக்கப்பட்டுள்ளன. இந்தக் கோயில் சிவன், விஷ்ணு, பிரம்மாவுக்காக எழுப்பப்பட்டது. இந்தக் கோயிலில் காணப்படும் சிற்பங்களின் மூலவடிவம் வால்மீகி ராமாயணத்தை ஒட்டி இல்லை என்று ஆராய்ச்சியாளர்கள் கருது கிறார்கள். அங்கோர் வாட் என்ற கம்போடியாவில் உள்ள உலகப் புகழ் பெற்ற கோயிலில் உள்ள ராமாயணக் காட்சிகளை சித்திரிக்கும் ஓவியங்களும் வால்மீகியைச் சார்ந்து இல்லை.

வால்மீகியைச் சாராத மரபில் உதித்த இந்திய ராமாயணங்களில் கீர்த்திவாச ராமாயணம் என்ற பதினைந்தாம் நூற்றாண்டு வங்காள ராமாயணம் முதன்மையானது. கீர்த்திவாச ராமாயணத்தின் பாதிப்பு நிறையவே ராமகியனில் தென்படுகிறது.

ராவணனிடம் தூது போகும் அங்கதன் தனக்கு அமர இருக்கை அளிக்கப் படாததால், தன் வாலை நீட்டி ஆசனமாக்கி, ராவணனுக்கு நிகரான ஸ்தானத்தில் அமரும் காட்சி கீர்த்திவாச ராமாயணத்தில் தென்படு கிறது. பாலம் கட்டும் வேலையில் அனுமனும் இன்னொரு குரங்கும் சண்டை போட்டுக்கொள்ள ராமன் இருவரையும் கடிந்து கொள்ளும் காட்சியும் கீர்த்திவாச ராமாயணத்தில் இருக்கிறது. இவை அப்படியே ராமகியனில் காணப்படுகின்றன.

ராவணன் உருவத்தை வரைந்ததால் சீதை மேல் சந்தேகப்படும் ராமன் பாத்திரப் படைப்பும், ராமன் தன் பிள்ளைகளைச் சந்திக்கும் காட்சியும் ராமகியனில் சித்திரித்த முறையிலேயே கீர்த்திவாச ராமாயணத்திலும் இருக்கின்றன. அனுமனுக்கும் ராவணனுக்கும் ராமகியன் அளித்த முக்கியத்துவம் கீர்த்திவாச ராமாயணத்திலும் இருப்பதுதான். ஒருவன் அயோக்கியன், இன்னொருவன் எல்லா நல்ல குணங்களையும் கொண்ட அவதார புருஷன் என்ற மிகைப்படுத்தப்பட்ட பாகுபாடு இல்லாத தன்மை ராமகியனைப் போல கீர்த்திவாச ராமாயணத்திலும் உள்ளது.

வால்மீகி மரபில் வராத இன்னொன்று, காஷ்மீர ராமாயணம். சீதை ராவணனுக்கும் மண்டோதரிக்கும் பிறந்தவள் என்ற காஷ்மீர ராமாயணக் கருத்தை ராமகியன் ஏற்றுக்கொண்டுள்ளது. ஆனால் அதற்கான கதை மட்டும் மாறுபடுகிறது. அதேபோலத் தன் வாலில் நெருப்பு வைக்குமாறு அரக்கர்களுக்கு உபாயம் சொல்லும் ராமகியன் காட்சி காஷ்மீர ராமாயணத்திலும் தென்படுகிறது. சீதையின் இரண்டாவது குழந்தையை மந்திர சக்தியால் வால்மீகி முனிவர் உருவாக்குவதாக வரும் ராமகியன் காட்சியும் காஷ்மீர ராமாயணத்தில் இருக்கிறது.

அனுமன் ராவணனின் தவத்தைக் கலைக்க மண்டோதரியை இழுத்து வந்து வன்புணர்ச்சி செய்வதாக ராமகியனிலும் மலேசிய ராமாயணத் திலும் வரும் காட்சியின் அடிப்படை, வால்மீகியைச் சாராத இந்திய சமண ராமாயணமே.

இவற்றைத் தவிர, இந்தியாவின் பல்வேறு பகுதிகளில் புழங்கும் நாட்டுப்புறக் கதைகளும் ராமகியனில் காணப்படுகின்றன. தமிழகத்தின் மயில் ராவணன் நாட்டுப்புறக் கதை, மயுரப் என்ற பாதாள மன்னனின் கதையாக ராமகியனில் உருமாறியுள்ளது. வங்காளத்தின் 'ராம்லீலா ஜ~முர்' என்ற நாட்டுப்புறக் கதைகளின் பாதிப்பில் ராமகியனின் ராவணன் பாத்திரம் நல்லவனாக, பக்தனாக, பண்புள்ளவனாக மாறியுள்ளது.

சீதையை ராவணன் உருவத்தை எழுதச் சொல்லி அவளைச் சிக்கலில் ஆழ்த்தும் சூர்ப்பனகையின் பெண் பாத்திரம் வெவ்வேறு இந்தியப் பிரதேசத்திலும் அவரவர் விருப்பத்துக்கு இணங்க உருமாறியுள்ளது. சில இடங்களில் இதைச் செய்வது சீதையின் மாமியார். சில இடங்களில் சீதையின் மைத்துனி.

ராமாயணம் முழுவதும் சீதையைத் துயரத்துக்கு உள்ளாக்கிய சம்பிரதாய வடிவத்திலிருந்து வேறுபட்டு, சீதையைச் சக்தியின் வடிவமாக, வீராங்கனையாகச் சித்திரிக்கும் வடிவங்களும் உள்ளன. அத்புத ராமாயணம் அப்படிப்பட்ட ஒன்று. ராவணனைப் போரில் வென்று அயோத்தியா திரும்பும் ராமனை அனைவரும் புகழ்ந்து பாராட்டுகிறார்கள். சீதை சிரிக்கிறாள். ராமன் வென்றது பத்து தலை ராவணனைத்தான், ஆனால் அவனைவிடப் பெரிய பலசாலியான ஆயிரம் தலை ராவணனை ராமன் இன்னும் வெல்லவில்லை என்கிறாள் சீதை.

ஆயிரம் தலை ராவணனுடன் ராமன் போர் புரியத் தொடங்குகிறான். அந்தப் போரில் வெல்ல முடியாமல் களைத்துப்போய் மயங்கி விழு கிறான். சீதை, ஆயிரம் தலை ராவணனைப் போர் புரிந்து கொல்கிறாள் என்கிறது அத்புத ராமாயணம்.

சீதையும் ராமனும் சுயம்வரத்துக்கு முன் சந்தித்துக்கொள்ளும் கட்டமும் பல ராமாயணங்களில் பலவிதமாக உருமாறியுள்ளது. கம்பராமாயணமும் துளசிதாசரின் ராமசரிதமானஸ~ம், கண்ணோடு கண் உரசும் மெல்லிய காதல் பார்வையோடு நின்றுபோய்விடுகின்றன. ஆனால், சில நாட்டுப்புற ராமாயணக் கதைகளில் உடலைத் தீண்டும் காதலாக இது மாறியுள்ளது.

நந்தவனத்தில் விளையாடப்போகிறாள் சீதை. அங்கு அவளைப் பார்க்கும் ராமன் அவள் கரங்களை ஆசையுடன் பற்றுகிறான். 'கைகளை

விடு ராமா... உன் பிடியில் என் மெல்லிய கைகள் வலிக்கின்றன' என்று கைகளை விடுவித்துக்கொள்ள மன்றாடுகிறாள். அவன் பிடியின் இறுக்கத்தில் அவள் அணிந்திருக்கும் தங்க வளையல்கள் நசுங்கிவிடு கின்றன. சீதை பதறுகிறாள். 'என்ன செய்துவிட்டாய் பார் ராமா. என் தாய் கேட்டால் நான் என்ன சொல்லுவேன்?' என்று பதைபதைப்புடன் கைகளை விடுவித்துக்கொண்டு வீட்டுக்கு ஓடிவருகிறாள்.

'என்ன ஆச்சுடி பெண்ணே? ஏன் இப்படிப் படபடப்பாக இருக்கிறாய்' என்று தாய் கேட்கிறாள். சீதை பயத்துடன் 'அம்மா, என்னைத் திட்டு வாய். அடிப்பாய். வீட்டை விட்டே விரட்டினாலும் விரட்டிவிடுவாய்' என்கிறாள். 'பயப்படாதடி. நான் உன்னை ஒண்ணும் சொல்ல மாட்டேன். அவனுக்கே உன்னைக் கல்யாணம் செஞ்சி வச்சிடறேன்' என்று அம்மா அவளை அணைத்துக்கொள்கிறாள். படபடப்புடன் ஓடி வந்து அம்மாவிடம் ராமனின் குறும்பை விவரிக்கும் நாட்டுப்புறக் கதைகளின் சீதை நமக்குப் பரிச்சயப்பட்ட இளம்பெண்ணாக நம் மனத்தில் நிற்கிறாள்.

வேறு எந்தக் காப்பியத்திலும் இல்லாத அளவுக்கு ராமாயணம் பல வடிவங்களிலும் பிரபலமாகியிருப்பதன் காரணமே இந்த உருமாறும் தன்மையினால்தான்.

11. லாவோஸிய ராமாயணங்கள்

லாவோஸ். தென்கிழக்கு ஆசியாவில் சீனா, தாய்லாந்து, மலேசியா போன்ற பெரிய, சுபிட்சமடைந்த நாடுகளுக்கு இடையே சிக்கிக் கொண்டிருக்கும் சிறிய, ஏழை நாடு. தொழில்புரட்சியில் ஈடுபடாத, நகரமயமாக்கலில் பங்குபெறாத, துறைமுகமில்லாத, வெளிநாட்டுத் தொடர்பு அற்றுப்போன ஒரு நாடு. மலைகளும் ஆறுகளுமாக, விவசாயமே முக்கியப் பொருளாதார நடவடிக்கையாக முடங்கிப் போன ஒரு நாடு.

உலகின் பொருளாதார வளர்ச்சி குன்றிய நாடுகளைப் பட்டியலிட்டால் லாவோஸ் அதில் நிச்சயம் இடம்பெறும். தாய்லாந்தின் வடகிழக்குப் பகுதியில் அறுபது லட்சம் மக்களுடன் இந்தப் பெயரில் சிறிய நாடு ஒன்று இருப்பதே பலருக்குத் தெரியாது.

பிரெஞ்சு நாட்டைச் சேர்ந்த தொல்லியல் அகழ்வாராய்ச்சியாளர் ஜார்ஜ் கோயீத் (George Coedes), லாவோஸைக் குறிப்பிடும்போது, 'இந்தியக் கலாசாரத்தை சுவீகரித்து சீனக் கலாசாரத்திடமிருந்து தங்களைக் காத்துக்கொண்டவர்கள்' என்று வர்ணிக்கிறார்.

லாவோஸிலும் ராமாயணம் இருக்கிறது. ஒன்றல்ல இரண்டு. 'ப்ர லாக் ப்ர லாம்' என்ற வால்மீகி ராமாயணத்தைச் சார்ந்த வடிவம் ஒன்று. 'குவே தோரபி' என்ற வால்மீகியைச் சாராத இன்னொரு வடிவம். இந்த இரண்டு வடிவங்களுக்கும் லாவோஸின் அரசியல் மற்றும் கலாசார வாழ்க்கையோடு பிணைந்த பின்புலம் இருக்கிறது. லாவோஸ் ராமாயணத்தின் தனிச் சிறப்பே அதுதான்.

லாவோஸின் தற்போதைய தலைநகரம் வியண்டைன். ஆனால் இதற்குமுன், வியண்டைன், மூன்றாகப் பிளவுபட்ட நாட்டின் ஒரு

பகுதியாக மட்டுமே இருந்தது. லுவங் பிரபாங், வியண்டைன், சம்பாசக் என்று மூன்று பகுதிகளாகச் சிதறுண்டு இருந்தது லாவோஸ். பிளவு பட்ட பகுதிகளுக்கு இடையே, பிரிவினைவாதமும் வன்முறையும் கோலோச்சியது. பதினெட்டாம் நூற்றாண்டில் இந்த மூன்று சிற்றரசு களும் ஒன்றோடு ஒன்று போரிட்டபடி இருந்தன. இதைத் தவிர தாய்லாந்தின் ஆக்ரமிப்பையும் அவ்வப்போது எதிர்கொள்ளவேண்டி இருந்தது.

1711 முதல் 1731 வரை, இந்த நிலை தொடர்ந்த காலகட்டத்தில்தான், ராமாயணம் இங்கே உருவானது. பிரிவினை தலைவிரித்தாடிய கட்டத்தில் எழுதப்பட்டதன் பாதிப்பு, நேரடியாக இல்லாவிட்டாலும் மறைமுகமாக வெளிப்படுகிறது.

ராமாயணம் லாவோஸிலேயே நடந்ததாகச் சொல்லிக்கொள்வதிலும், அப்படி நடந்த நிகழ்வை நாட்டின் ஒரு குறிப்பிட்ட பகுதியோடு தொடர்பு படுத்தி வடிவமைத்ததிலும் இந்த மறைமுகத் தொடர்பு வெளிப்படுகிறது.

ப்ர லாக் ப்ர லாம்

தாய், கம்போடிய, மலேசிய ராமாயணங்களைப் போல் அல்லாமல், ப்ர லாக் ப்ர லாம் லாவோஸிலேயே நடக்கிறது. அதன் நாடு, நகரம் குறித்த வர்ணனைகளிலும் அந்த நாட்டு மலைகள், நதிகள் பற்றிய விவரங்களே அடங்கியுள்ளன. ராமன் வியண்டைன் பகுதியை ஆண்ட அரசன். ராவணனுடன் போர் புரிந்து வெற்றி பெற்ற ராமனை, வியண்டைனின் அரசனாக்கி ராமாயணத்தைத் தங்கள் பகுதியில் நடந்ததாகச் சொல்வதன் மூலம், வியண்டைன் ராஜ்ஜியத்தின் மேன்மையை வலியுறுத்தும் முயற்சி தெரிகிறது. ராமாயணத்தின் ஆதாரக் கதையான இலங்கையை வென்ற கட்டம் முடிந்தபின் ராமனும் லக்ஷ்மணனும் தங்கள் படையோடு வியண்டைன் திரும்ப வரும் காட்சி இந்த ராமாயணத்தின் முக்கியத்துவம் வாய்ந்த பகுதி.

திரும்ப வரும் ராம லக்ஷ்மணர்கள், வழியில் பல பகுதிகளைக் கைப் பற்றுகிறார்கள். வரும் வழியில் பல மன்னர்களின் பெண்களை மணந்து, தங்கள் ராஜ்ஜியத்தை விரிவாக்கிக்கொள்கிறார்கள். தாய்லாந்து, லாவோஸ் நாடுகளின் பல நகரங்களைக் கடந்துவரும்போது, தங்கள் ஆளுமையை வெளிப்படுத்துவது போல அந்த இடங்களுக்கெல்லாம் புதிதாகப் பெயர் சூட்டுகிறார்கள்.

அயுத்தயா, பிட்சனுலோக், நக்கோன் சவான் போன்ற தற்போது தாய்லாந்தில் இருக்கும் பகுதிகள் இவற்றுள் அடங்கும். லாவோஸ் லிருந்து படைகள் அனுப்பப்பட்டு, இந்த நகரங்களை அடைய

முயற்சித்த உண்மையான சரித்திரத்தின் அடிப்படையில் இவை எழுதப் பட்டுள்ளன. ராமனின் பிள்ளைகளும் லக்ஷ்மணனின் வாரிசுகளும் தாய்லாந்தின் வடகிழக்குப் பகுதிகளை ஆள்வதாக, ப்ர லாக் ப்ர லாம் சொல்கிறது. இதன் மூலம் இந்தப் பகுதிகள் உண்மையில் லாவோஸ் நாட்டுக்குச் சொந்தமானவை என்று உரிமை கொண்டாடும் மௌனமான பிரகடனம் வெளிப்படுகிறது.

ப்ர லாக் ப்ர லாமின் முரண்கள் ஏற்கெனவே தாய் மற்றும் மலேசிய ராமாயணத்தில் தென்படுபவைதான். ஆனால் கிளைக்கதைகளின் வடிவம் மட்டும் வித்தியாசப்படுகிறது. உதாரணமாக மலேசிய ராமாயணம் போல லாவோஸிய ராமாயணத்திலும் அனுமன், ராமனின் மகன். ஆனால் அதற்கான கிளைக்கதை மாறுபடுகிறது.

ராமன் காட்டில் நடந்துகொண்டிருக்கையில் அவனுக்குப் பசிக்கிறது. கனிகள் அடர்ந்திருக்கும் ஒரு மரத்தைப் பார்க்கிறான். மரத்தின்மேல் குரங்குகள் கூட்டமாக அமர்ந்திருக்கின்றன. மரத்தின்மீது ஏறி, பழத்தைப் பறித்து உண்ணுகிறான். பழத்தை உண்டவுடன் ராமன் குரங்காக மாறி விடுகிறான். அந்த மரத்தின் கனிகளால் உண்டாகும் வினை அது. ராமன் குரங்காக மாறி, அந்தக் குரங்குக் கூட்டத்தோடு மரத்திலேயே சில காலம் தங்கி, மரத்தில் இருக்கும் இன்னொரு குரங்கோடு உறவு கொள்கிறான். அந்த உறவில் பிறக்கும் குழந்தைதான் அனுமன்.

அந்த மரத்தில் இரண்டு விதமான பழங்கள் இருக்கின்றன. ஒரு பழம் மனிதனைக் குரங்காக ஆக்கிவிடும். இன்னொரு பழம், குரங்கு வடிவம் நீங்கிப் பழையபடி உருமாற உதவும். குரங்காக இருக்கும் ராமன் சில வருடங்கள் கழித்து மரத்தின் இன்னொரு பகுதியில் இருக்கும் பழத்தை உண்டவுடன், மானுடனாக மாறிவிடுகிறான்.

ராமனின் மகன் அனுமன் என்பதை ஒப்புக்கொள்ளும் ப்ர லாக் ப்ர லாம், அதற்காகச் சொல்லப்படும் மலேசிய மற்றும் இந்திய புராணங் களின் கதைகளை ஏற்காததால், ராமனையே கொஞ்ச காலம் குரங்காக உருமாற்றி, அதற்காக ஒரு மந்திர மரத்தையும் உருவாக்கிவிட்டது!

ராம லக்ஷ்மணர்கள் சுக்ரீவனைச் சந்திக்கும் காட்சியும் வேடிக்கை யானது. ராமனுக்குத் தாகம் எடுக்க, லக்ஷ்மணன் அருகில் இருக்கும் ஓடையிலிருந்து தண்ணீர் மொண்டு வருகிறான். ராமன் அதைக் குடித்து விட்டு, அது தண்ணீர் இல்லை கண்ணீர், என்கிறான். கண்ணீர் ஓடை யாகப் பெருகிவரும்படி யாரோ காட்டில் அழுதுகொண்டிருக்கிறார்கள் என்று இருவரும் ஓடையின் எதிர்த்திசையில் சென்று தேடுகிறார்கள். ராஜ்ஜியம் பறிபோனதால் அழும் சுக்ரீவனைச் சந்திக்கிறார்கள்.

ப்ர லாக் ப்ர லாமில், விபீஷணன் ராவணனின் மகன்.

தாய்லாந்து ராமகியனில் உள்ளது போலவே, சீதையைத் தேடவரும் அனுமனுக்கும் நாரதருக்கும் ஏற்படும் சச்சரவுகள் நகைச்சுவை இழையோடச் சொல்லப்பட்டிருக்கின்றன. நாரதர் நிஷ்டையிலிருந்து கண்விழித்து யாரைப் பார்த்தாலும் அவர்கள் எரிந்து சாம்பலாகிவிடு வார்கள் என்பது தெரியாமல் அனுமன் அவரைத் தொந்தரவு செய்ய, கண் விழித்துப் பார்க்கும் நாரதரால் அனுமன் எரிந்து சாம்பலாகி விடுகிறான். சாம்பலான அனுமனை மறுபடி உயிர்ப்பிக்கிறார் நாரதர்.

ப்ர லாக் ப்ர லாமிலும் சீதை ராவணனின் மகள். ஆனால் இந்திரனின் மனைவியான சுஜாதாவின் மறுபிறப்பு. ராவணன், இந்திரனின் வடிவத்தை எடுத்துக்கொண்டு, இந்திரனின் பட்டத்தரசியான சுஜாதா என்பவளுடன் உறவுகொள்கிறான். இது தெரிந்த சுஜாதா, அவமானத் தால், தன் உயிரை மாய்த்துக்கொள்கிறாள். இறப்பதற்குமுன், மறு பிறப்பில் ராவணனைப் பழிவாங்குவதாகச் சபதம் செய்கிறாள். ராவணன் மகளாக, சீதையாக, அவதரிக்கிறாள்.

இந்தக் கதையை இந்திய ராமாயணங்களில் வேதவதியைப் பற்றிய குறிப்பின் விரிவான சித்திரிப்பாகக் கொள்ளலாம். கிருதயுகத்தில் விஷ்ணுவுக்கு மணமுடிப்பதற்காக நிச்சயம் செய்யப்பட்ட வேதவதி, இமயமலையில் தவம் புரியும் சமயம் ராவணனால் வன்புணரப்படு கிறாள். இதனால், தீயில் விழுந்து இறந்துபோகிறாள். இறக்கும்முன், மறுபிறப்பில் ராவணனைப் பழிவாங்குவதாகச் சபதமிடுகிறாள். திரேதாயுகத்தில் வேதவதி ஜனகனின் மகளாகப் பிறக்கிறாள் என்கிறது வால்மீகி ராமாயணம்.

    தீயிடைக் குளித்த அத்தெய்வக் கற்பினால்
    வாயிடை மொழிந்த சொல் வல்லமோ
    நோய் உனக்கு யான் என அன்றுளாள் அவள்
    ஆயவள் சீதை, பண்டு அமுதின் தோன்றினாள்

என்று விபீஷணன் ராவணனை எச்சரிக்கும் கம்பராமாயண யுத்த காண்டப் பாடலும், வேதவதிதான் சீதை; பாற்கடலில் அவதரித்த லக்ஷ்மியும் அவளே என்று விபீஷணன் கூற்றாக, இந்தச் சரித்திரத் தையே சொல்கிறது.

ப்ர லாக் ப்ர லாமில், ராவணன் பத்து தலை இருபது கைகள் கொண்ட விகார வடிவில் இருக்கும் அரக்கன் அல்லன். அழகான, வசீகரமான, அறிவுள்ள பாத்திரம். சீதையும் அவன்மேல் வெறுப்பைக் கொட்டு வதில்லை. யுத்தத்தில் தான் தோற்றபிறகும் ராமன் திரும்பிச்செல்லத் தன் படகைத் தருகிறான் ராவணன் என்று அவனது பாத்திரத்தை மாறுபடுத்திக் காட்டுகிறது ப்ர லாக் ப்ர லாம்.

குவே தோரபி

வால்மீகி ராமாயணத்தைச் சாராத குவே தோரபி என்ற ராமாயண வடிவம் வித்தியாசமானது. மலேசிய ராமாயணத்தைப் போல குவே தோரபியிலும் ராமாயணக் கதை மாந்தர்கள் ஒருவருடன் ஒருவர் நெருங்கிய தொடர்புடையவர்களளாக இருக்கிறார்கள். மகாபாரதத்தின் கதைபோல இதுவும் ஒரு குடும்பத்தில் நிகழ்கிற போராட்டமான கதைக் களத்தைக் கொண்டுள்ளது.

தோரபி என்பது துந்துபி. வாலி போர் புரியும் மாயாவிதான் இந்தத் துந்துபி. துந்துபி பெயரால் ராமாயணம் உருவான காரணத்தால், அந்தத் துந்துபி பாத்திரத்தையே மையமாக வைத்து ஒரு தனிக்கதையே உருவாக்கியுள்ளனர். துந்துபிக்கு முக்கியத்துவம் வரக் காரணம் துந்துபி எருமைத் தலை கொண்ட அரக்கன் என்பதால். லாவோஸின் விவசாயப் பின்னணியில் எருமை பரவலாகத் தென்படும் ஒரு விலங்கு. விலங்குகளையும் ஆவிகளையும் தொழுது வளர்ந்த லாவோஸ் கலாசாரத்தில் எருமைத் தலையுடன் கூடிய ராமாயண அரக்கன் பாத்திரம் முக்கியத்துவம் பெற்றுவிட்டது.

குவே தோரபியின் கதை மூன்று அரசர்களைக் கொண்ட ஒரு குடும்பத் தில் நிகழ்கிறது. தசரதன், விருல்ஹான், விருப்பகன் என்ற மூன்று அரசர்களின் குடும்பங்களுக்குள் நிகழ்கிற போர்தான் குவே தோரபி.

தசரதனுக்கு இரண்டு பிள்ளைகள். முதலாவது வாலி, இரண்டாவது சுக்ரீவன். மூன்றாவது நாங் காசி என்ற பெண். துந்துபியைக் கொல்வது வாலி என்பதால், வாலியும் சுக்ரீவனும் இந்தக் கதையில் முக்கியத் துவம் பெறுகிறார்கள். அவர்கள் முக்கியத்துவத்தை நிலைநாட்ட குவே தோரபி, தசரதனின் பிள்ளைகளான ராம லக்ஷ்மணர்களுக்குப் பதில் வாலியையும் சுக்ரீவனையும் அங்கே பொருத்தியிருக்கிறது. வாலியின் மனைவி அவனது தங்கையான நாங் காசி. தசரத ஜாதகா என்ற புத்த ராமாயணத்திலிருந்து ராமனையும் லக்ஷ்மணனையும் மட்டும் இடம் மாற்றி எழுதிய வடிவம் இது என்பது தெளிவாகிறது.

இரண்டாவது அரசனான விருல்ஹானுக்கு மூன்று பிள்ளைகள். ராவணன், விபீஷணன், இந்திரஜித் என்பவர்கள். இவர்கள் இலங்கை யிலிருந்து ஆட்சி புரிகிறார்கள்.

மூன்றாவது அரசனான விருப்பகனின் புதல்வர்கள்தாம் ராமனும் லக்ஷ்மணனும்!

ராமனுக்கும் ராவணனுக்கும் விரோதத்தைத் தூண்ட, இந்திரனே பொன் மான் வடிவில் வந்து ராமனைத் தன் பின்னால் ஓடிவரச் செய்கிறான்.

இந்த நேரத்தில், சீதையை ராவணன் கடத்திச் செல்கிறான். சீதையை இழந்த ராமனும் லக்ஷ்மணனும், காட்டில் சீதையைத் தேடி அலைந்து, சுக்ரீவனைச் சந்திக்கிறார்கள். சுக்ரீவன் சொல்வதாக, துந்துபி என்ற எருமைத் தலையை உடைய அரக்கனின் கதையும் வாலியுடனான துந்துபியின் போர் குறித்த விவரங்களும் அதன்பின் இடம்பெறுகின்றன.

துந்துபியும் அவனுடைய எருமைப் படையும் ஊர் மக்களைக் கொடுமைப்படுத்துகின்றனர். வயல்களில் வேலை செய்ய முடியாமல், விளைச்சல் இல்லாமல் மக்கள் அவதிப்படுகின்றனர். எருமைப் படையின் இம்சை தாங்காமல் மக்கள் மன்னரிடம் முறையிடுகின்றனர். அரசன் வாலி, எருமைப் படையைக் கொல்பவருக்குப் பரிசுகள் அறிவிக்கிறான். யாரும் முன்வருவதில்லை.

வாலி, சுக்ரீவன் இருவரின் தங்கையும், வாலியின் மனைவியுமாகிய நாங் காசி அவர்கள் இருவரையும் துந்துபியுடன் போரிடுமாறு சொல் கிறாள். வாலியும் சுக்ரீவனும் மறுக்கிறார்கள். நிறை மாதக் கர்ப்பிணி யான நாங் காசி, தானே துந்துபியுடன் போருக்குப் போகிறாள். வீரத் துடன் போர் செய்து ஏராளமான எருமைகளைக் கொன்று குவித் தாலும், எருமைப் படை அவளை வெகுவாகக் காயப்படுத்திவிடுகிறது. நாங் காசி, கண்களை இழந்து, உடம்பு முழுதும் காயமடைகிறாள். அவள் வயிற்றில் இருக்கும் இரட்டைக் குழந்தைகளை மீட்டு வெளியே எடுக்கிறார்கள். ஒன்று ஓங்கோட் என்கிற அங்கதன். இன்னொன்று வலயோட் என்கிற இந்திய ராமாயணத்தில் இல்லாத ஒரு பாத்திரம்.

அதன் பிறகு வாலியும் சுக்ரீவனும் துந்துபியையும் அவன் படையையும் துரத்திக்கொண்டு போகிறார்கள். துந்துபி எருமைகளோடு ஒரு குகையில் போய் ஒளிந்து கொள்ள, வாலி சுக்ரீவனை வாசலில் நிறுத்தி விட்டு உள்ளே போகிறான். குகை வாசலில் இருந்து கறுஞ்சிவப்பு ரத்தம் கசிந்தால் துந்துபி இறந்தான் என்றும், இளஞ்சிவப்பு ரத்தம் கசிந்தால் தான் இறந்தாகவும் அர்த்தம் செய்துகொள்ளச் சொல்லிவிட்டு வாலி போருக்குப் போகிறான்.

துந்துபியைக் கொன்று அவன் ரத்தம் வடியும் நேரத்தில், மழை பலமாகப் பெய்கிறது. இதனால், கருஞ்சிவப்பு ரத்தம் தண்ணீரில் கரைந்து இளஞ்சிவப்பாக வெளியே வர, சுக்ரீவன் குகையின் வாசலை மூடிவிட்டுப் போய்விடுகிறான். திரும்பி வந்த வாலி சுக்ரீவன் மேல் சினம்கொண்டு அவனை விரட்டி விடுகிறான்.

மற்ற ராமாயணக் காட்சிகளில் மாற்றம் ஏதும் இல்லாவிட்டாலும் துந்துபிப் படலம் குவே தோரபியில் மிக விரிவானதாக அமைந்திருக் கிறது. துந்துபியின் எலும்புக் குவியல் விழுந்த இடம் மலைபோல்

உயர்ந்ததாக இருக்கும். லாவோஸின் வடகிழக்குப் பகுதியில் இருக்கும் மலை ஒன்றுக்கு காவ் குவே (எருமை கொம்பு) என்று பெயர் வைத்து, துந்துபி கதையுடன் தொடர்பும் உண்டாக்கியிருக்கிறார்கள்.

சீதையை லாவோஸியப் பெண் என்று சொல்லிக்கொள்ளவும் ஒரு காரணக்கதை வருகிறது. ராவணனால் நதியில் விடப்பட்ட குழந்தை நதியில் மிதந்து வருகிறது. அதைக் கண்டெடுப்பவர் காசப்ப முனிவர். அவர் பெட்டியைத் திறந்து பார்க்கையில் கண்களைக் கசக்கிக்கொண்டு அந்தக் குழந்தை அழுதுகொண்டிருந்ததாம். லாவோஸிய மொழியில் 'சீ' என்பதற்கு 'கசக்குவது' என்றும், 'தா' என்பதற்கு 'தன் கண்கள்' என்றும் பொருள். அதனால் குழந்தைக்கு 'சீதா' என்று பெயர் வைத்து விடுகிறார். இப்படி, சீதையை, லாவோஸியப் பெண்ணாக்கி விடுகிறது குவே தோரபி.

பிளவு பட்ட லாவோஸின் உள்நாட்டுச் சண்டைகள் அடங்கிய சரித்திரத் தோடு தொடர்புள்ளதுபோல, வாலி வதைக்கான காரணம் சற்றே மாறியிருக்கிறது. சுக்ரீவன் வாலியுடன் போர் புரிந்து, தோற்று, ராமன் இருக்கும் ராஜ்ஜியத்தில் தஞ்சம் புகுகிறான். அவனைத் துரத்திக் கொண்டு வரும் வாலி, ராமன் இருக்கும் ராஜ்ஜியத்துக்குள் நுழைந்து சுக்ரீவனைத் தாக்குகிறான். ராமன் வாலியை அம்பு எய்து கொல்கிறான். ராமன் வாலியைக் கொல்லக் காரணமாக இருப்பது, தன் ராஜ்ஜியத்தில் அத்துமீறி நுழைந்து, தன்னிடம் அடைக்கலம் பெற்ற ஒருவனைத் தாக்கியதே.

அங்கதன் தூது சென்று சீதையின் விடுதலையைக் கோர, ராவணன் சீதையை விடுவதற்கு ஒரு நிபந்தனை விதிக்கிறான். குரங்குப் படையின் தலைமையில் ராமன் இலங்கைக்குப் பாலம் கட்டிக் காண்பித்தால், சீதையை விட்டுவிடுவதாக ஒப்புக்கொள்கிறான். ராம சேனை ஏழு வருடங்கள் உழைத்து பாலம் கட்டி முடித்து, அதன் பின் ராவணனை அணுகுகிறது. ராவணன் தன் வாக்கைக் காப்பாற்றாமல், சீதையை விட மறுக்கிறான். போர் மூளுகிறது.

மலேசிய ராமாயணம் போல குவே தோரபியின் ராவண வதையில் அனுமனுக்கு முக்கியப் பங்கிருக்கிறது. ராவணனைக் கொல்லும் சக்தி பொருந்திய விசேஷ ஆயுதம் கடலுக்கு அடியில் ஒரு பூதத்தின் பாதுகாப்பில் இருக்க, அந்தப் பூதத்தைக் கொன்று, ஆயுதத்தை எடுத்து வருகிறான் அனுமன்.

குவே தோரபி, கவித்துவம் வாய்ந்த, செழுமையான பாத்திரப் படைப்புகள் அடங்கிய, நேர்த்தியாகச் சொல்லப்பட்ட கதை கிடை யாது. கதை அம்சத்தில் குழந்தைத்தனமான கற்பனைகளும் உற்சாக மூட்ட மட்டுமே கையாளப்பட்ட மலிவான தந்திரங்களும் நிறைந்தது.

ராமன், லக்ஷ்மணன் போன்ற பிரதான பாத்திரங்கள் கூட லாவோஸிய கேளிக்கை உணர்வுக்கு ஏற்ப வடிவம் மற்றும் குணம் மாறுகிறார்கள்.

ராமனுக்கும் லக்ஷ்மணனுக்கும் ஆயிரக்கணக்கில் மனைவிகள் இருக் கிறார்கள். ராமாயணத்தின் நுணுக்கங்கள், அதன் பின்னணியில் வெளிப் படும் மத நம்பிக்கைகள், தார்மீகக் கோட்பாடுகள் இவையெல்லாம் சிதைந்துபோனதில் லாவோஸியர்களுக்கு வருத்தம் இல்லை. ராமாயணம் அவர்களுக்கு வேறு காரணங்களுக்காக முக்கியமானதாக இருந்திருக்கிறது.

சீனா, தாய்லாந்து, கம்போடியா என்று அளவில், சக்தியில், பாரம் பரியத்தில், பொருளாதார வளத்தில் பெரிதும் மேம்பட்ட அண்டை நாடுகளுக்கு இடையே உருத்தெரியாமல் நசுங்கிக் கிடக்கும் லாவோஸின் நாட்டுப்பற்று மற்றும் கலாசார அம்சங்களை வெளிப் படுத்த, தங்களின் ஆதர்ச வெற்றி வேட்கையை உணர்த்தும் வடிகாலாக ராமாயணக் கதை இவர்களுக்கு உபயோகப்பட்டிருக்கிறது. ராமாயணம் தங்கள் ஊரிலே நடந்ததாகச் சொல்லிக்கொண்டு அதற்கு உரிமை கொண்டாடும் நோக்கத்தின் பின்னே அவர்கள் சிந்தனைகளை வெளிப் படுத்தும் அபிலாஷை புலப்படுகிறது.

ராமாயணத்தின் மேலுள்ள இவர்களின் பற்றுதலுக்கு இதுவே காரணம். லாவோஸிய ராமாயணங்கள், அந்த நாட்டின் கலாசாரக் குறியீடாக, அதன் வாழ்க்கை முறை, பழக்க வழக்கங்கள், மண்வாசனை அனைத்தையும் பிரதிபலிப்பதாக உள்ளன. தங்கள் நாட்டின் உணர்வு ரீதியான அம்சங்களை சாஸ்வதமாக ஏந்திச் செல்லும் தளத்தை ராமாயணம் இவர்களுக்கு உண்டாக்கித் தந்துள்ளது.

மன்னராட்சி முடிந்து உள்நாட்டுப் போர்கள் தணிந்து நாட்டின் வளர்ச்சி தொடங்கிய இந்த இருபதாம் நூற்றாண்டில், ராமாயணக் கதையின் உற்சாகமூட்டும் இன்னொரு கோணத்தை லாவோஸியர்கள் போற்று கிறார்கள். ராவணன் என்னும் முதலாளித்துவ அந்நியச் சக்திக்கும் ராமன் என்ற உள்நாட்டு வீரனுக்கும் இடையே நடக்கும் போராட்டத்தைப் பிரதிபலிக்கிறது அவர்களின் ராமாயணம்.

எட்டாவது நூற்றாண்டில் சீனர்களால் விரட்டப்பட்டவர்கள் லாவோஸிய மக்கள். பதினான்காம் நூற்றாண்டில், லாவோஸ் உருவானபிறகு, தாய்லாந்தோடு போரிட வேண்டிய கட்டாயத்துக்கு உட்படுத்தப் பட்டார்கள். பதினெட்டாம் நூற்றாண்டில் அவர்களுக்கென்று சுதந்திர ராஜ்ஜியம் உருவானபின், மூன்றாகப் பிளவுபட்டு உள்நாட்டுப் போர் வெடித்து. அதன்பின் பிரெஞ்சு நாட்டு காலனி ஆதிக்கத்தில் பல வருடங்கள் அடிமைப்பட்டுக் கிடந்தார்கள். அதிலிருந்து விடுபட, மறுபடி அவர்கள் போராட வேண்டியிருந்தது.

இப்படி நாட்டின் சரித்திரம் முழுக்க அந்நிய ஆதிக்க உணர்வை எதிர்த்துப் போராடிக்கொண்டிருந்த லாவோஸியர்களை, அந்நிய அரசனை அவன் மண்ணுக்கே சென்று எதிர்த்து வெற்றி பெற்ற ராமன் என்ற அரசனின் கதை பெரிதும் கவர்ந்ததில் ஆச்சரியம் ஏதுமில்லை. கம்யூனிச விடுதலைப் படை என்று தொடங்கி உள்நாட்டுப் போரில் பெரும் பங்கு வகித்த அவர்களின் மக்கள் இயக்கம், குவே தோரபியின் போரில் தங்களை அடையாளம் காண்கிறது. ராமனும் அனுமனும் கெரில்லாப் போர் முறையை அவர்களுக்குக் கற்றுத் தந்து அவர்கள் நாட்டின் சுதந்திரத்துக்கு ஊக்கப்படுத்திய வீரர்கள்!

ஒரே கதை பல படிமங்களைத் தாங்கி பல வழிகளில் உந்துதலாக இருக்கும் என்பதற்கு லாவோஸிய ராமாயணம் குவே தோரபி ஓர் உதாரணம்.

12. கம்போடிய ராமாயணம்

கம்புஜா என்கிற கெமர்களின் ஆட்சிகாலத்தில் ஆறாம் நூற்றாண்டி லிருந்தே ராமாயணம் கம்போடியாவில் வழங்கி வந்தது. இதற்கு ராம்கீர்த்தி அல்லது ராம்கெர் என்று பெயர். இந்த நூற்றாண்டில் ராமாயணமும் மகாபாரதமும் மேலும் சில புராணங்களும் கம்போடியாவின் திரிபுவனேஸ்வர் கோயிலில் தினமும் பாராயணம் செய்யப்பட்டதற்கான ஆதாரங்கள் இருக்கின்றன.

தென்கிழக்கு ஆசியாவின் மிகப்பெரிய இந்திய மற்றும் இந்துப் பாரம்பரியத்தின் சின்னமான அங்கோர்வட்டின் கோயில் கோபுரங்களில் ஏராளமான ராமாயணக் காட்சிகள் வடித்து வைக்கப்பட்டுள்ளன. அங்கோர்வட், பன்னிரண்டாம் நூற்றாண்டில் இரண்டாம் சூர்யவர்மனால் கட்டப்பட்ட கோயில். அங்கோர்வட்டில் மட்டு மல்லாமல் கெமர் அரசர்கள் கட்டிய அற்புதமான கோயில்கள் அத்தனை யையும் ராமாயணக் காட்சிகள் அலங்கரிக்கின்றன. எட்டாம் நூற்றாண்டு தொடங்கி கம்போடியர்கள் எழுப்பிய ஏராளமான கோயில்களில் ராமாயணக் காட்சிகளைச் செதுக்கி வைத்துள்ளனர். தற்போதைய தாய்லாந்துப் பகுதியில் இருக்கும் புராதன இந்துக் கோயில்களும் கெமர் அரசர்களால் கட்டப்பட்டவையே.

ராமகியன் போலவே கம்போடிய ராமாயணமும் பொம்மலாட்டமாக அல்லது முகமூடி அணிந்து நடிக்கும் நாட்டிய நாடகமாகக் காணப்படு கிறது. தாய்லாந்தில் இதற்கு 'கோன்' என்று பெயர் என்றால் கம்போடியாவில் இது 'கோல்' எனப்படுகிறது. நடிப்பவர்கள் அத்தனை பேரும் ஆண்கள். அரக்கர்களும் வானரங்களும் மட்டும் முகமூடி அணிந்துகொண்டு நடிப்பார்கள். கொல் நாட்டிய நாடகங்கள் நடிப்பதற்கு, நம்மூரில் கிராம்புறக் கலைகள் பழகுபவர்கள் போல,

பிரத்யேகக் குழுக்கள் இருக்கின்றன. அரசாங்க விழாக்கள், கலாசார விழாக்கள் ஆகியவற்றில் கொல் நடிக்கப்படுகிறது.

இந்த நாட்டிய நாடகத்தின் இரண்டு பிரபலமான காட்சிகள் சீதையை ராவணன் கடத்துதலும், பரசுராமருக்கும் மணிமேகலைக்குமிடையே நடக்கும் சண்டையும்.

பெரும்பாலும் ராமகியனோடு ஒன்றியிருக்கும் கம்போடிய ராமா யணத்தில் நாம் இதற்குமுன் பார்க்காதத சில சம்பவ மாற்றங்களை மட்டும் விவாதிக்கலாம்.

மந்திர தந்திர மாயாஜாலங்கள் ராமகியனைப் போலவே கம்போடிய ராமாயணத்திலும் நிரம்பத் தென்படுகின்றன. குறிப்பாக ராமாயணக் கதாபாத்திரங்கள் உருவான விதத்தை விவரிக்கும் கிளைக் கதைகள் இந்தப் பாணியில் இருக்கின்றன. மண்டோதரி, லவ, குச, அங்கதன், அனுமன் பாத்திரங்கள் பிறந்த கதைகள் இந்த வகையில் உள்ளன.

காட்டில் யாகம் செய்யும் இரு முனிவர்களுக்குச் சேவை செய்யும் விதமாக ஒரு பசு தினமும் பால் சுரந்து அவர்களுக்காக வைப்பதை பார்த்துக்கொண்டிருக்கிறது ஒரு தவளை. ஒருநாள், ரிஷிகளைக் கொல்ல நாககன்னி பாலில் விஷத்தை கக்கிவிட்டுப் போக, ரிஷி களுக்கு அது விஷம் கலந்த பால் என்பதை உணர்த்துவதற்காக பாலில் விழுந்து குடித்து இறந்து போகிறது அந்தத் தவளை. ரிஷிகள் தங்கள் உயிரை காப்பாற்றிய அதன் தியாகத்தை மெச்சி, அதனை உயிர்ப்பித்து, அழகான பெண்ணாக மாற்றி கைலாயத்தில் பார்வதிக்குப் பணிவிடை செய்கிற பெண்ணாகக் கொண்டுபோய் விடுகிறார்கள். அதுதான் மண்டோதரி. இது தாய்லாந்து, மலேசிய, லாவோசிய ராமாயணங் களில் இருக்கும் கிளைக்கதை.

சீதைக்குப் பிறப்பது குசன் என்னும் ஒரு குழந்தைதான். குழந்தையை வால்மீகி முனிவரின் ஆஸ்ரமத்தில் விட்டுவிட்டு பூக்கள் பறிப்பதற்காக வருகிறாள் சீதை. வந்த இடத்தில் வானரங்கள் தங்கள் குட்டிகளோடு கிளையில் தொங்கிக்கொண்டு விளையாடுவதைப் பார்க்கிற சீதை, மனசு சஞ்சலப்பட்டு ஆஸ்ரமத்துக்கு வருகிறாள். முனிவர் தியானத்தில் இருக்கிறார். அவரைத் தொந்தரவு செய்யாமல் குழந்தையைத் தன்னுடன் எடுத்து வந்துவிடுகிறாள்.

தியானம் முடிந்து எழும் முனிவர் தன் பொறுப்பில் விட்டுப்போன குழந்தை காணாமல் போனதைப் பார்த்து அதிர்ச்சி அடைகிறார். சீதை வந்தால் குழந்தை இல்லாததைக் கண்டு வருந்துவாள் என்று தன் தவ வலிமையால், குசனின் உருவத்தைப் போன்ற இன்னொரு குழந்தையை உருவாக்குகிறார். திரும்பிவரும் சீதையின் கையில் குசன் இருக்கிறான்.

மந்திரத்தால் உருவான குழந்தைக்கு லவன் என்று பெயர் வைத்து இருவரையும் ஒன்றாக வளர்க்கிறார்கள் என்கிற கம்போடிய ராமாயணக் கதை, தாய்லாந்து, மலேசிய, லாவோசிய ராமாயணங் களிலும் உள்ளது.

அங்கதன் பிறப்புக்கான கிளைக் கதையும் விநோதமானது. ராவணனிட மிருந்து அபகரித்த மண்டோதரிக்கும் வாலிக்கும் பிறக்கும் குழந்தை தான் அங்கதன். அங்கதனை வயிற்றில் சுமக்கும்போதே, ராவண னுக்கும் வாலிக்கும் உடன்பாடு ஏற்பட்டு, மண்டோதரி திரும்ப அனுப்பப்படுகிறாள். கர்ப்பவதியான நிலையில் ராவணனிடம் திரும்பப் போக மறுக்கிறாள் மண்டோதரி. மண்டோதரி வயிற்றி லிருக்கும் கருவை எடுத்து ஓர் ஆட்டின் கருப்பைக்குள் வைத்துவிட்டு மண்டோதரியை ராவணனிடம் திரும்பத் தருகிறார்கள் என்கிறது கம்போடிய மற்றும் தாய்லாந்து ராமாயணங்கள்.

அனுமன் சிவபெருமானுக்குப் பிறந்த குழந்தை என்கிறது கம்போடிய ராமாயணம். அனுமனின் பிறப்பில் சிவனுக்கு இருக்கும் பங்கை தாய்லாந்து ராமாயணம் நைச்சியமாகச் சொல்கிறது. சிவனின் ஆயுதங் களை அஞ்சனையின் வாயில் போட்டு உருவான குழந்தை என்ற தாய்லாந்து ராமாயணக் கதை போல் அல்லாமல் சிவபுராணக் கதை போல நேரடியாகவே சொல்லப்பட்டிருக்கிறது கம்போடிய ராமாயணத்தில். மோகினி வடிவில் வரும் விஷ்ணுவை மோகித்து சிவன் உடலிலிருந்து வெளிப்படும் விந்துவைச் சேகரித்து ரிஷிகள் அஞ்சனையின் காதில் விடுவதாகவும், அஞ்சனை அனுமனை பெற்று எடுப்பதாகவும் சொல்கிறது ராம்கெர்.

தன் வாயில்காப்போனுக்கு அவன் யார் தலையில் கையை வைத்தாலும் தீண்டப்பட்டவர் இறந்துபோவார் என்ற வரத்தை சிவபெருமான் தருகிறார். தான் பெற்ற வரத்தைச் சோதித்துப் பார்க்க, சிவபெருமான் தலையிலேயே கை வைக்க வருகிறான் அவன். சிவன் விஷ்ணுவிடம் தஞ்சம் புக, விஷ்ணு ஒரு நாட்டியப் பெண்ணாக வந்து அவனுடன் நடனமாடி, தன் தலையில் தானே கையை வைக்கும் முத்திரையை அபிநயக்கச் செய்து அவனைக் கொல்கிறார். கம்போடிய ராமாயணத்தில் இடம்பெறும் இந்தக் கதை பாகவத புராணத்தில் சொல்லப்பட்ட கதையை முழுக்க முழுக்கப் பிரதிபலிக்கிறது.

அனுமனுக்கும் நாரதருக்கும் இடையே நடக்கும் சின்ன சச்சரவில் இன்னோர் அங்கம் நாரதர், அனுமன் பசிக்கு உணவு பறிமாறும் சம்பவம். அகோரப் பசியுடன் வந்து அமரும் அனுமனுக்கு நாரதர் ஒரு சின்ன அன்ன உருண்டையைத் தருகிறார். அனுமனுக்கு மகா கோபம். அந்த அன்ன உருண்டையைக் கோபத்தோடு உண்ணத் தொடங்க,

அதை முழுவதுமாக உண்ண முடியாமல், ஓரிரு பருக்கைகளிலேயே அனுமனுக்கு வயிறு நிரம்பிவிடுகிறது. மிச்சமிருக்கும் உணவைச் சாப்பிட முடியாமல் தவிக்கிறான். மலேசிய ராமாயணத்தில் தென்படும் இந்தக் கதை போலவே கம்போடிய ராமாயணம் காட்சியை வரைகிறது.

அனுமன், ராமனையும் லக்ஷ்மணனையும் சந்திக்கும் கம்போடிய ராமாயணக் காட்சி, பத்ம புராணத்தில் சொல்லப்பட்ட விதம் போல அமைந்துள்ளது. லாவோசிய ராமாயணத்தில் சொல்லப்பட்ட விதம் போல, சீதை இந்திரனின் மனைவி சுஜாதாவின் மறுபிறப்பு என்கிறது கம்போடிய ராமாயணம்.

கம்போடிய ராமாயணத்தைப் பற்றிய அறிமுகத்தில் அது ராமகியனை ஒட்டிய வடிவம் என்றே சொல்லப்பட்டு வந்துள்ளது. இது தலைகீழ் அறிமுகம். கம்போடிய ராமாயணம்தான் முதலில் தோன்றியது. அதற்குப் பின், அதை ஒட்டி எழுதப்பட்டதுதான் ராமகியன். சொல்லப் போனால் தாய்லாந்துக்குத் தன்னுடைய இந்துப் பாரம்பரியத்தால் கம்போடியா அளித்த கொடைதான் ராமாயணம். இருந்தாலும் தாய்லாந்து ராமாயணத்தின் வழித்தோன்றலாகவே கம்போடிய ராமாயணம் அறியப்படுவதற்கு, இந்த இரண்டு நாடுகளின் அரசியல் மற்றும் பொருளாதார வளர்ச்சி ஒரு முக்கியக் காரணம்.

தாய்லாந்தின் சரித்திரமே ஒருவகையில் கம்போடியாவின் சரித்திரம். தாய்லாந்து தோன்றிய பதிமூன்றாம் நூற்றாண்டுக்கு முன்பு இந்தப் பிரதேசமே கெமர் என்கிற கம்போடியர்களால் ஆளப்பட்ட தேசம். கெமர் அரசு பலவீனமடைந்திருந்த நேரத்தில் இந்தப் பிரதேசத்தைத் தாக்கிப் போரிட்டு தாய்லாந்து இன்று இருக்கும் இடத்தை வென்றவர்கள் தாய்லாந்து நாட்டினர்.

தாய்லாந்தின் இந்துப் பாரம்பரியம் கெமர்கள் மூலமாகவே தாய்லாந்தில் பரவியதுபோல, ராமாயணத்தின் ஆரம்பகாலப் பாரம்பரியங்கள் கெமர்கள் மூலமாகவே தாய்லாந்துக்குக் கிடைத்தன. ஆகையால் கம்போடிய ராமாயணம்தான் தாய்லாந்து ராமாயணத்துக்கும் முந்தைய வடிவம். ஆனால் இரண்டு நாடுகளில் தாய்லாந்து ராமாயணத்துக்கு அளித்த ஆதரவும் தொடர்ச்சியான கலாசார முக்கியத்துவத்தையும் கம்போடியா அளிக்கவில்லை.

பொருளாதார ரீதியாக தாய்லாந்து, கம்போடியாவை பின்னுக்குத் தள்ளிவிட்டு, பல மடங்கு சுபிட்சம் அடைந்தது. மேலும், கம்போடியா போன்று உள்நாட்டுப் போர்களில் சிக்காமல் தாய்லாந்து அமைதியான சூழலில் முன்னேறியது. இந்தக் காரணங்களால், ராமாயணம் போன்ற

கலைகளில் தாய்லாந்து அதிகம் கவனம் செலுத்த வாய்ப்பு கிடைத்தது. உல்லாசப் பயணிகளைப் பெரிதும் கவர்ந்த காரணத்தால், தாய்லாந்தின் கலைவடிவமான ராமகியனை இங்கு வரும் எண்ணற்ற வெளிநாட்டு உல்லாசப் பயணிகள் பார்த்தனர். பிரபலமாக்கினர்.

இதற்கு நேர்மாறாக, உள்நாட்டு போர்களிலும் வறுமையிலும் சிக்கிய கம்போடியாவால், ராமாயணத்தை மட்டுமல்ல, இந்துப் பாரம்பரியத்தின் பாசறையாக இருந்த அவர்கள் நாட்டின் அற்புதமான சரித்திரத்தைக்கூட சரியாகப் பேணிக் காப்பாற்ற முடியாமல் போனது.

கலையும் கலாசாரமும் வளர, வெறும் பாரம்பரியம் மட்டும் இருந்தால் போதாது; நாடு பொருளாதார ரீதியாக வலுவாகவும், அமைதியான சூழலிலும் வளர்வது அவசியம் என்பதற்கு கம்போடியா ஒரு நல்ல உதாரணம்.

13. மலேசிய ராமாயணங்கள்

மலேசிய ராமாயணத்தின் அத்தனை பாத்திரங்களும் ஏதாவது ஒரு வகையில் இன்னொருவருக்கு உறவுக்காரர்களாக இருக்கிறார்கள். இந்த உறவு முறைகள் ராமகியன் முதலான தென்கிழக்கு ஆசிய நாடுகளின் ராமாயணங்களின் தென்படுவதுதான். மலேசியாவின் 'ஹிகாயத் செரி ராமா' சீதையை தசரதனின் மகளாக்கி, அனுமனை ராமனின் மகனாக்கி இந்தக் குழப்பத்தை அதிகரித்திருக்கிறது. கீழ்க்கண்ட சூழலைப் பாருங்கள்.

ஜனகன் என்ற வளர்ப்புத் தந்தையைச் சேர்க்காவிட்டால் சீதைக்கு இரண்டு தந்தைகள். தசரதனுக்கும் மண்டோதரிக்கும் பிறந்ததால் தசரதன் உண்மையான தந்தை. தாய் மண்டோதரியின் கணவன் என்பதால் ராவணன் இன்னொரு தந்தை. மண்டோதரியைக் கவர்ந்து போக வரும் ராவணனிடமிருந்து தப்பிக்க மண்டோதரி தன்னைப் போலவே இன்னொருத்தியை உருவாக்குகிறாள். மண்டோதகி என்ற அந்த மாய மண்டோதரியைக் கூட்டிச்சென்று மனைவி ஆக்கிக்கொள் கிறான் ராவணன். ராவணன் இல்லாத நேரத்தில் தசரதன் அவன் அரண்மனைக்குச் சென்று மண்டோதகியுடன் உறவு கொள்கிறான். அந்த உறவில் பிறப்பவள்தான் சீதை. இதனால் சீதை ராமனுக்குத் தங்கை என்கிறது மலேசிய ராமாயணம் ஹிகாயத் செரி ராமா.

ஹிகாயத் செரி ராமாவின்படி, அனுமன் ராமனின் மகன். அனுமனின் தாயாகிய அஞ்சனை, அகலிகையின் மகள். அகலிகை இந்திரனோடும் சூரியனோடும் உறவு கொண்டு, வாலியையும் சுக்ரீவனையும் பெற்றெடுக்கிறாள். இந்த ரகசியத்தை கௌதம முனிவரிடம் அஞ்சனை சொல்லிவிடுகிறாள். இதனால் அகலிகை அஞ்சனையைச் சபித்துவிடு கிறாள். அந்தச் சாபத்தின்படி நானூறு வருடங்கள் ஒரு காலில்

நின்றுகொண்டு வாய்திறந்த நிலையில் கடலோரமாக அஞ்சனை தவம் புரியவேண்டும். அப்போது வாயுவால் கொண்டுவரப்பட்ட ராமனின் விந்து அவள் வாய்வழியே புகுந்து அவள் கருத்தரித்து உருவாகும் பிள்ளைதான் அனுமன்.

அனுமன் ராமனுக்கு மகன் என்ற உறவுமுறை லாவோஸிய ராமாயணத்திலும் இருக்கிறது. சிவ புராணத்தில் பெண் வடிவில் வந்த விஷ்ணுவை மோகிக்கும் சிவன் குறித்த கதையைத் தழுவி எழுதப் பட்டுள்ளது இந்தக் கிளைக் கதை.

வாலி அஞ்சனையின் தமையன். ராமன் மூலமாக அனுமைப் பெற்றெடுத்த கதையின் மூலம் வாலி, ராமனுக்கு மைத்துனன் ஆகிறான். சுக்ரீவனும் ராமனுக்கு மைத்துனன் ஆகிறான்.

இந்தக் கூட்டுக் குடும்பத்தில் அங்கதனும் அங்கம் வகிக்கிறான். மைத்துனன் வாலிக்குப் பிறந்தால், அங்கதன் ராமனுக்கு மருமகனா கிறான். வாலி, மண்டோதரியை ராவணனிடமிருந்து அபகரித்து, அவளுக்குப் பிறந்த குழந்தை என்பதால் அங்கதன் மண்டோதரிக்கு மகனாகிறான்.

இந்த உறவுச் சிக்கலில் சிக்காத பாக்கியசாலிகள் இருவர்தான். காட்டில் வாழ்ந்து இவர்களுடன் பரிச்சயப்படாததால், வேடுவன் குகன். பறவை என்பதால் ஜடாயு.

இந்தச் சங்கிலித் தொடர்பு உறவின் வழியாக ராமாயணத்தை விளக்கினால் ஒரு கூட்டுக் குடும்பத்தில் ஏற்படும் சச்சரவு போல வேடிக்கையான கதை கிடைக்கிறது.

ராமன், தன் அன்னையால் வஞ்சிக்கப்பட்டு தன் தகப்பன் சொல்படி அரியணை துறந்து, தன் தம்பியுடன் காட்டுக்குப் போகிறான். தன் மாமனாரின் தங்கையைச் சந்திக்கிறான். தன்மீது ஆசை கொள்ளும் அவளை மணக்க மறுத்து, அவள் மூக்கை அறுத்து, விரோதம் வளர்க் கிறான். கோபப்பட்ட மாமனார் ராவணன், தன் மகளைக் கடத்திப் போகிறான். ராமன், தன் மைத்துனர்களுக்கு இடையே உள்ள பகையை அறிந்து, தன் இளைய மைத்துனருக்கு உதவ, மூத்த மைத்துனரைக் கொன்று, இளைய மைத்துனரை அரசனாக்குகிறான். மகனை இலங்கை அனுப்பி, உளவறிந்து, மருமகனைத் தூது அனுப்பி, எச்சரித்து, மைத்துனன் படை பலத்துடன் மாமனாரை எதிர்த்துப் போரிட்டு, அவனைக் கொன்று, மனைவியை மீட்கிறான்.

இந்திய ராமாயணத்தை வழிபாட்டு முறையாக அணுகிப் பரிச்சயப்பட்ட நமக்கு இந்த மாற்றங்கள் அதிர்ச்சி தருவதாகவும் ரசிக்க முடியாததாகவும் தோன்றும். இந்த உறவுமுறைக் குழப்பங்களைக் குறித்து ஜெ. கேட்ஸ்

எழுதுவது குறிப்பிடத்தக்கது. ஒருவருக்கு இரு தந்தைகள் இருப்பது, ஒரு பெண்ணுடன் இருவர் உறவு வைத்துக்கொள்வது, தங்கையை அண்ணன் மணந்து கொள்வது போன்றவை குறித்து விவாதிக்கும் கேட்ஸ் அதற்கான காரணத்தை முன்வைக்கிறார்.

இந்த உறவுகள் ஒரு காலத்தில் இந்தச் சமூகங்களில் கடைபிடிக்கப்பட்டு வந்த பழக்க வழக்கங்களாக இருக்கலாம் என்கிறார் கேட்ஸ். இரண்டா யிரத்து ஐநூறு வருடங்களுக்கு முன்பு நடந்த கதை இது. பிற்காலத்தில் உருவான சமூக நியதிகள் இல்லாத காலகட்டத்தில் நடந்ததால் இந்தக் கதைகளில் குறிப்பிட்டபடி நிகழ்ந்திருக்க வாய்ப்புகள் இருக்கலாம் என்கிறார் அவர். 'இந்தக் கதைகள் எவ்வளவு உண்மையோ அதை விட உண்மை இந்தத் திருமணப் பழக்க வழக்கங்கள்' என்கிறார் அவர்.

இந்தக் கருத்து ஆய்வுக்குரியது. பண்டைய எகிப்து அரச வம்சத்தில் அண்ணன் தன் தங்கையை மணந்து கொள்ளும் வழக்கம் இருந்துள்ளது. இந்தியாவிலும்கூட இந்தக் கலாசாரம் இருந்திருக்கிறது. புத்தர் பிறந்ததாக நம்பப்படும் சாக்யா என்ற பிரிவினரிடம் இந்த வழக்கம் இருந்ததாக ஆராய்ச்சியாளர்கள் தெரிவிக்கிறார்கள்.

ஹிகாயத் செரி ராமா, ராமகியன் வடிவத்துடன் மிகவும் பொருந்தியிருக் கிறது. ஆனால் முற்றிலும் ராமகியனையோ, வால்மீகி ராமாயணத் தையோ சாராமல், அதன் தனித்தன்மையை வலியுறுத்துவதுபோல சம்பவ மாற்றங்களிலும் பாத்திரப் படைப்பிலும் நிறைய வேறுபாடுகள் தெரிகின்றன.

இந்திரஜித் மரணம் அடைந்தவுடன் ஹிகாயத் செரி ராமாவில் இந்திரஜித்தின் மனைவி தீக்குளித்து இறந்துவிடுகிறாள். ராமகியனில் இந்திரஜித்தின் மனைவியுடன் அனுமன் கூடி இன்புற்று இருப்பதாகச் சித்திரிக்கப்பட்டுள்ள காட்சியுடன் ஒப்பிட்டுப் பாருங்கள். பெண்களின் தூய்மையைக் காப்பாற்றவேண்டிய சமூகக் கட்டுப்பாடுள்ள, இஸ்லாமை மதமாகக் கொண்டுள்ள மலேசியாவின் நம்பிக்கைகள் இந்த மாறுபட்ட கதைப் போக்கில் வெளிப்படுவதைக் காணலாம்.

அதேபோல ராவணனின் தவத்தைக் கலைக்க அனுமன் மண்டோ தரியை இழுத்துவந்து வன்புணர்வதாகக் காட்டும் ராமகியனிலிருந்து ஹிகாயத் செரி ராமா மாறுபடுகிறது. அனுமன், மண்டோதரியைத் தூக்கிவந்து ராவணனுக்கு முன்னால் அவளைக் கண்டபடி திட்டுவ தாகவும், அதைப் பொறுத்துக்கொள்ள முடியாத ராவணன், தவம் கலைந்து, அனுமன்மீது கோபப்படுவதாகவும் சொல்கிறது ஹிகாயத் செரி ராமா. அதேபோல், அனுமனை ஸ்திரீபிரியனாகச் சித்திரிக்க வில்லை ஹிகாயத் செரி ராமா.

ராமகியன் வாலி வதத்தைக் கையாண்ட நேர்த்தி, கொஞ்சம் போல் ஹிகாயத் செரி ராமாவிலும் வெளிப்படுகிறது. ராமன் விடும் அம்பை, ராமகியன் வாலி கைகளால் பிடித்துவிடுவதைப் போலவே ஹிகாயத் செரி ராமாவின் வாலியும் பிடித்துவிடுகிறான். ஆனால் வாக்குவாதத் துக்குப் பிறகு வாலி குற்றவுணர்வில் அம்பைத் தனக்குள்ளே செலுத்தித் தற்கொலை செய்துகொள்வதில்லை. தன் அம்புக்கு இலக்கு வேண்டும் என்று ராமன் கேட்க, பூமிதான் இலக்கு என்று சொல்வது போல வாலி அம்பை பூமியை நோக்கித் திருப்பி விடுகிறான்.

ஆனால் அம்பு பூமியைத் துளைத்து, திரும்பி வான் நோக்கி எழுந்து, வாலியின் உடலில் புகுந்து, வாலியை வதம் செய்கிறது. மறைந்து நின்று வாலியைக் கொன்ற அபவாதம் மலேசிய ராமனுக்கு ஏற்படவில்லை. வாலியின் மார்பை ராமனின் அம்பு பிளக்கும்போது வாலியின் எதிரில்தான் ராமன் இருக்கிறான்.

ஆனால் அந்த அம்பை நிலத்தை நோக்கித் திருப்பிவிட்ட செய்கையால், தான் கொல்லப்படவேண்டியவன் அல்லன் என்று வாலி வலியுறுத்து கிறான். தன் தவறை உணர்ந்து தன் உயிரை மாய்த்துக்கொள்கிற ராமகியனின் வாலியே, ஹிகாயத் செரி ராமாவின் வாலியையைவிட, ஒரு படி மேலாக நிற்கிறான்.

ஹிகாயத் செரி ராமாவிலும் ராவண வதை வஞ்சனையாலேயே நிகழ்கிறது. என்ன முயன்றும் ராமனால் ராவணனைக் கொல்ல முடிவ தில்லை. 'இன்று போய் நாளை வா' என்று உயிர்ப்பிச்சை தரும் கம்பனின் ராமனுக்கு முற்றிலும் மாறுபட்ட நிலையில் மலேசிய ராமன் இருக்கிறான். போர் செய்து களைத்துப்போய் ராவணனிடம் சீதையைத் திரும்ப அனுப்புமாறு கேட்டுக்கொள்வதோடு முதல் நாள் போர் முடிகிறது. ராமனால் தன்னை வெல்ல முடியவில்லை என்ற குதூகலத் துடன் ராவணன் திரும்பிச் செல்கிறான். ராமன், அனுமனை சீதையிடம் ரகசியமாக அனுப்பி ராவணன் உயிரைப் போக்கும் உத்தி என்ன என்று கேட்டுவரச் சொல்கிறான். சீதை இரண்டு உபாயங்களைச் சொல்லித் தருகிறாள்.

ராவணன் போரில் ஈடுபட்டிருக்கும்போது அவனுக்குச் சக்தி அளிப்பது, மண்டோதகி அவன் வாளுக்குச் செய்யும் பூஜைதான். அவள் பூஜையை எந்த விதத்திலாவது இடர்ப்படுத்தினால் ராவணன் பலம் குன்றி விடுவான். இரண்டாவதாக, ராவணன் வலதுகாதின் அருகில் இருக்கும் சிறிய தலைக்குக் கீழேதான் அவனது உயிர் இருக்கிறது. அந்தச் சிறிய தலையைக் கொய்துவிட்டால் ராவணன் இறந்துவிடுவான். இந்த ரகசியங்களை அனுமன், சீதையிடமிருந்து அறிந்துவந்து ராமனிடம் சொல்கிறான்.

போர்க்களத்தில் ராமன் தன் அம்புகளால் ராவணனது தலைகளைக் கொய்ய, அவை திரும்பத் திரும்ப முளைக்கின்றன. அவ்வாறு கீழே விழுந்த சில தலைகளைச் சேகரித்து, அனுமன் மண்டோதகியிடம் காண்பித்து ராவணன் இறந்துவிட்டதாகப் பொய் சொல்கிறான். மண்டோதகி பூஜையைத் துறந்து, நிலத்தில் விழுந்து அழுகிறாள். பூஜை தடைப்படுவதால் ராவணன் தளர்ந்துபோகிறான். ராமன், சீதையின் உபாயத்தின்படி ராவணனின் வலது காதின் கீழே இருக்கும் தலையைக் கொய்து அவனை மாய்க்கிறான்.

ஹிகாயத் செரி ராமாவில், சீதையை ராவணன் படத்தை வரையச் சொல்லி சூழ்ச்சி செய்து ராமனின் கோபத்தைக் கிளறுவது சூர்ப்பனகை யின் பெண் இல்லை. அதைச் செய்வது கைகேயி என்ற ராமனின் தங்கை! சீதையை ராவணன் உருவத்தை கை விசிறியில் எழுத வைத்து, சீதை உறங்கியபின் அந்த விசிறியை அவள் மார்பின்மேல் ராமன் பார்ப்பது போல வைத்துவிடுகிறாள் கைகேயி. அரக்கர்கள் பழி தீர்க்கும் கோணத்திலிருந்து, நாத்தனார் கொடுமை என்ற குறுகிய பின்னணிக்கு மாற்றுகிறது ஹிகாயத் செரி ராமா. ராமனின் தங்கையான காகுவா, சீதை மேலுள்ள பொறாமையால் இப்படிச் செய்வதாக கீர்த்திவாச ராமாயணத்தில் சொல்லப்படுவதைக் கவனிக்கவேண்டும்.

ஹிகாயத் செரி ராமாவின் உறவு முறைச் சிக்கல் ராமனுக்கு அடுத்த தலைமுறையிலும் தொடர்கிறது. இந்திரஜித்தின் பெண்ணை ராமனின் புதல்வன் லவன் மணந்துகொள்கிறான். இரண்டாவது மனைவியாக விபீஷணனின் பெண்ணையும் மணந்துகொள்கிறான். விபீஷணனின் பெண்ணை அனுமன் காதலிப்பதாகவும், அதனால் லவனுக்கும் அனுமனுக்கும் சண்டை மூள்வதாகவும், ராமன் குறுக்கிட்டு அனுமனைக் கடிந்துகொள்வதாகவும் ஒரு கிளைக்கதை உள்ளது.

தசரதனுக்கு இரண்டு மனைவிகள். முதலாவது மண்டோதரி. மண்டோதரிக்குப் பிறப்பது ராமனும் லக்ஷ்மணனும். இரண்டாவது மனைவியான பால்யதாரிக்குப் பிறப்பது பரதன், சத்ருக்கணன் மற்றும் கைகேயி என்ற மகள். பால்யதாரி தன்னை இக்கட்டிலிருந்து காப்பாற்றியதற்காக அவள் மகனாகிய பரதனுக்கே தனக்குப் பிறகு ராஜ்ஜியத்தை அளிப்பதாக தசரதன் சத்தியம் செய்துகொடுக்கிறான்.

சீதையில் சுயம்வரத்தில் ராவணனும் இந்திரஜித்தும் பங்குபெறு கிறார்கள். ராவணன் போட்டியில் பங்குபெறுமாறு சொல்லியும் மறுத்து, பார்வையாளனாக மட்டுமே இருக்கிறான் இந்திரஜித். ராமன் தனக்கு முன்பு லக்ஷ்மணனை அந்த வில்லைத் தூக்குமாறு கட்டளை யிடுகிறார். லக்ஷ்மணன் வில்லின் முனையைத் தன் கால்விரலால் தொட்டவுடன் சிவதனுசு தானாகவே உயர்ந்து அவன் கைகளுக்கு

ஐடாயு - கோன் முகமூடி

ராம ராவண வாகனங்கள் - கோன் முகமூடி

வருகிறது. லக்ஷ்மணன் அதற்கு மேல் போட்டியில் பங்கெடுக்காமல் ராமனுக்கு விட்டுக்கொடுத்து விடுகிறான்.

ராமனோடு ஒரே இலையில் சாப்பிட அனுமதித்தால்தான் சீதையைத் தேட இலங்கை பறந்து செல்வேன் என்று அனுமன் ஒரு நிபந்தனை விதிக்கிறான். ராமன் அதற்கு உடன்பட, இருவரும் ஒரே இலையில் அமர்ந்து சாப்பிடுகிறார்கள். இலைக்கு நடுவே ராமன் தன் விரலால் கோடு கிழிப்பதாகவும் அந்தக் கோடு நிரந்தரமாக நிலைப்பதால், இலையின் வடிவமே நடுவில் கோட்டுடன் இருப்பதாகவும் சுவாரசிய மாகக் கதை சொல்கிறது ஹிகாயத் செரி ராமா.

அனுமன் இலங்கைக்குத் தாவிக் குதித்துச் செல்கிறான். நிலத்தை அழுத்தித் தாவிக் குதிக்கும்போது உந்து சக்தியில் பூமி பாதாளத்துக்கு இறங்கிவிடும் என்பதால் ராமனின் கைகளில் நின்று உந்தி எழும்பியே இலங்கை நோக்கிப் பறக்கிறான்.

ராவணனுக்கு முன்பு தன் வாலை நீட்டித்து சுழற்றி இருக்கை போல ஆக்கி ராவணனுக்கு உயர்ந்த நிலையில் உட்கார்ந்து கொள்வது அங்கதன் அல்லன். அனுமனே.

கம்பராமாயணத்தில் துந்துபியின் எலும்புக்கூடு மலையாகக் குவிந்து கிடக்க, ராமன் உத்தரவில் அதனைத் தன் கால் பெருவிரலால் உந்தித் தூர எறிவது லக்ஷ்மணன். ஹிகாயத் செரி ராமாவில் அதனை ராமனே உதைத்துக் கடலில் விழச்செய்கிறான்.

மலேசியா உட்படப் பல கிழக்கு ஆசிய நாடுகள் ஆயிரத்து முன்னூறு வருடங்களாக இந்து மதத்தின் தாக்கத்துக்கு உட்பட்டிருந்தன. இந்தக் கட்டத்தில்தான் ராமாயணம் இந்தப் பிரதேசங்களில் வளர்ந்தது. பதிமூன்றாம் நூற்றாண்டில் மாற்றம் ஏற்பட்டது. கெமர், சம்பா, ஸ்ரீவிஜயா போன்ற இந்து அரசுகள் ஒவ்வொன்றாகப் பலமிழந்தன. தாய்லாந்தில் இந்து கெமர் அரசு வீழ்ந்து சுக்கோதயா என்னும் அரசு ஆட்சிக்கு வந்தது. மலேசியா, இந்தோனேசியா போன்ற நாடுகளில் இந்து அரசுகள் வீழ்ந்து இஸ்லாமியர்கள் ஆட்சி தொடங்கியது.

ஆனால், இஸ்லாம் இந்தப் பிரதேசங்களைக் கைப்பற்றிய பிறகும், ராமாயணம் இங்கு தொடர்ந்து தழைக்கிறது.

இந்தச் சரித்திரம் தென்கிழக்கு ஆசிய நாடுகள் அனைத்துக்கும் பொது வானது என்றாலும், மலேசியா, இந்தோனேசியா போன்ற இஸ்லாமிய நாடுகளுக்கும் தாய்லாந்து, கம்போடியா, பர்மா போன்ற புத்த நாடுகளுக்கும் இருக்கும் வேறுபாடு நுணுக்கமானது.

பௌத்தத்தைத் தழுவிய நாடுகளில் ராமாயணம் தொடர்ந்தது இயல்பாக நடந்த மாற்றம். கர்மா, மறுபிறப்பு என்று முக்கியமான இந்து மதத்தின் தாத்பரியங்களை புத்த மதம் ஏற்றுக்கொண்டுள்ளது. புத்தரே விஷ்ணுவின் ஓர் அவதாரம் என்று இந்து மதத்தினரும், புத்தர் முன் ஜன்மத்தில் ராமனாகப் பிறந்தார் என்று புத்த மதத்தவரும் நம்புவதால், இந்த மாற்றத்தால் ராமாயணத்தின் வளர்ச்சி பாதிக்கப்படவில்லை.

ஆனால் இஸ்லாம் இந்து மதத்துடன் சிறிதும் இணைப்பில்லாத மதம். ஆகையால் மலேசியா, இந்தோனேசியா போன்ற இஸ்லாமைத் தழுவிய நாடுகளில் ராமாயணம் தழைத்ததை ராமாயணத்தின் சிறப்பாகக் குறிப்பிட்டுச் சொல்லவேண்டும்.

ஆட்சி மாற்றத்தோடு மத மாற்றமும் நிகழும்போது, மண்ணின் கலாசாரத்தை மாற்றவேண்டும் என்பதற்காகப் பழைய நம்பிக்கை களையும் போதனைகளையும் ஆட்சியாளர்கள் இரும்புக் கரத்தோடு விலக்கும் முயற்சிகளை மேற்கொள்ளலாம். அப்படிப்பட்ட சூழலிலும் மலேசியாவில் ராமாயணம் தொடர்வது ஆச்சரியமூட்டும் நிகழ்வுதான்.

இதிலும், இஸ்லாமைப் பின்பற்றும் இந்தோனேசியாவையும் மலேசியாவையும் வேறுபடுத்திப் பார்க்கவேண்டும்.

இந்தோனேசியா, முழுக்க முழுக்க இஸ்லாமைத் தழுவிய நாடு அல்ல. பாலி என்ற இந்தோனேசியப் பகுதி இன்றும் இந்து மதத்தைப் பின்பற்றும் பிரதேசம். இந்து மதத்தோடு தொடர்புடைய மற்றொரு பகுதி ஜாவா. ஆனால், மலேசியா, முழுமையாக இஸ்லாமைத் தழுவிய நாடு.

இதை மனத்தில் கொண்டு பார்த்தால் மலேசியாவில் ராமாயணம் அதன் இந்துப் பின்னணியிலேயே தொடர்வதற்கு வாய்ப்புகள் குறைவு என்று தோன்றும். மதமாற்றத்துக்கு ஏற்ப ராமாயணமும் இஸ்லாமிய தாக்கத்துக்கு உட்படுவது ஒன்றுதான், அது அந்தப் பிரதேசத்தில் தொடர்வதற்கான வாய்ப்பை உருவாக்கித் தந்திருக்கும். ஹிகாயத் செரி ராமாவுக்கு அதுதான் ஏற்பட்டது.

ஏழாம் நூற்றாண்டுவரை இந்திய மொழி வரிவடிவத்தில் மலேசியாவில் இலக்கியங்கள் இருந்தன என்பதற்கான ஆதாரம் கல்வெட்டுகளில் புலப்படுகின்றன. இந்திய வரிவடிவில் இருந்த ஹிகாயத் செரி ராமா, இந்தியப் பெயர்கள் மாற்றப்பட்டு, அராபிய வரிவடிவில் எழுதப்பட்டது. இரண்டாவதாக, மத நம்பிக்கைகளை வலியுறுத்தும் பகுதிகள் விலக்கப் பட்டு, மதச்சார்பற்ற வடிவத்துக்கு மாற்றப்பட்டன. மூன்றாவதாக, ராமாயணக் கதையே இஸ்லாம் மயமாக்கப்பட்டது. இருபதுக்கும் மேற்பட்ட மலேசிய ராமாயண வடிவங்களில் மூன்று மட்டும் பிரபலமான அச்சு வடிவில் வளர்ந்தன.

இந்த மதச்சார்பற்ற வடிவம் ராமாயணம் தொடர்ந்து தழைத்தற்குக் காரணமாக இருந்தது எனலாம். ஆனால் வேறு மொழியில் பெயர்கள் மாற்றப்பட்டு எழுதிய கதையில் ராமாயணத்தின் மறைமுகத் தாக்கம் மட்டுமே தென்பட்டது.

சையர் அகுங் என்ற பதினேழாம் நூற்றாண்டின் மலேசிய ராமாயண வடிவம் அந்த வகையைச் சார்ந்ததுதான். ஒவ்வொன்றும் நான்கு வரிகளாக பத்தாயிரம் பாடல்கள் கொண்டது சையர் அகுங். அகுங் என்ற மன்னனின் வரலாற்றைச் சொல்லும் கதை இது. சையர் அகுங்கின் முதல் இரண்டாயிரம் பாடல்கள் ராமாயணக் கதையைச் சார்ந்தே இருக்கிறது. சஹயாவை, கம்பார் மஹா சக்தி என்ற மன்னன் கடத்திச் சென்று விடுகிறான். அகுங், அலம் இருவரும் சஹயாவை மீட்டு வரும் கதையின் சம்பவங்கள் வெகுவாக மாறுபட்டிருந்தாலும், அதன் ஆதாரக் கதை ராமாயணத்தை நினைவுபடுத்துகிறது.

கங்கா சக்தி என்கிற தேவலோக மன்னனுக்கும் ஜெமலா சக்தி என்ற அவன் மனைவிக்கும் அவர்களின் வாரிசுகள் மூலமாக மூன்று பேரப்பிள்ளைகள் பிறக்கின்றன. மூன்று குழந்தைகளும் மூன்று பூக்களாக உருமாற்றப்பட்டு, காட்டில் இருக்கும் ஒரு குளத்தில் விடப்படுகிறார்கள். தண்ணீர் அருந்த வரும் மிருகங்கள் அந்தப் பூக்களைத் தண்ணீருடன் சேர்ந்து விழுங்கி கர்ப்பம் தரித்து மூன்று குழந்தைகளைப் பெற்றெடுக்கின்றன. அவர்கள்தான் அகுங் (ராமன்), அலம் (லக்ஷ்மணன்), சஹயா (சீதை). ஆட்டுக்குப் பிறந்தவன் அகுங். புலிக்குப் பிறந்தவன் அலம். மானுக்குப் பிறந்தவள் சஹயா.

ஒரு தேவகன்னி அவர்களை வளர்க்கிறார். மூவரும் ஒன்றாகவே இருக்கிறார்கள். காட்டிலே சுற்றிவந்து மனிதர்கள் வாழும் இடத்தைத் தேடி அலைகிறார்கள். ஒரு நாள் காட்டில் திரிந்துகொண்டிருக்கும் போது சுல்தான் ஜோஹான் என்ற மன்னனின் அரண்மனையை நோக்கி லக்ஷ்மணன் அம்பு விட, அதன் சக்தியில் அரண்மனை சாய்ந்து விடு கிறது. சுல்தான், தன் அரண்மனையை யார் நேராக நிறுத்தி வைக்கிறார் களோ, அவர்களுக்குத் தன் பெண்ணைத் திருமணம் செய்து தருவதாகச் சொல்கிறார். அலம் அரண்மனையை நிமிர்த்தி வைக்கிறான். நாற்பது நாட்கள் நடக்கப்போகும் அலமின் கல்யாணத்துக்காக சஹயாவை விட்டுவிட்டு அகுங், அலத்தோடு தங்குகிறான்.

அகுங்கும் அலமும் இல்லாதபோது, தனியே இருக்கும் சஹயாவை, கம்பார் மஹா சக்தி (ராவணன்) என்பவன் கடத்திவருகிறான். சஹயா அகுங்கைக் காதலிக்கிறாள் என்பது கம்பாருக்குத் தெரியும். இருந்தாலும் அவள் அழகில் மயங்கும் கம்பார், சஹயாவை அடையத் துடிக்கிறான்.

கட்டாயத்தின் பேரில் சஹயா, கம்பார் மஹா சக்தியை மணந்துகொள் கிறாள்.

அகுங், சஹயா கடத்தப்பட்ட செய்தியைக் கேட்டு அவளைத் தேட ஆயத்தமாகிறான். கூட வருவதாகச் சொல்லும் அலமை விட்டுவிட்டுத் தனியே வருகிறான். வருவதற்குமுன் தன் மோதிரத்தை அலமிடம் கொடுக்கிறான். வெள்ளை நிறக் கல் பதித்த அந்த மோதிரம் சிவப்பு நிறமாக மாறினால், தனக்கு அபாயம் ஏற்பட்டதாக அர்த்தம் என்று சொல்லி, சஹயாவை மீட்க முடியாவிட்டால் தற்கொலை செய்து கொண்டு இறக்கப்போவதாகச் சபதம் செய்துவிட்டு, அவளைத் தேடக் கிளம்புகிறான்.

காட்டில் திரியும் அகுங் ஒரு பேயிடம் சிக்கிக்கொள்கிறான். அந்தப் பேய் தன்னைத் திருமணம் செய்துகொள்ளுமாறு அகுங்கைத் துன்புறுத்துகிறது. மந்திர மோதிரம் சிவப்பு நிறமாக மாறுகிறது. அலம், அகுங்கை ஆபத்திலிருந்து மீட்கக் கிளம்புகிறான். அகுங்கைத் தேடிக் களைத்து ஒரு மரத்தடியில் படுத்து உறங்குகிறான். மரத்தின் மேல் இருக்கும் இரண்டு குரங்குகள் அலமுக்கு உதவ, அகுங்கைக் கண்டு பிடிக்கிறான் அலம். அகுங்கைப் பேயிடமிருந்து காப்பாற்றுகிறான். இருவரும் கம்பார் மஹா சக்தியைத் தேடிப் பயணத்தைத் தொடர் கிறார்கள்.

தொடரும் கதையில் பறக்கும் குதிரைகள், மந்திர வாள், தேவதையோக உருமாறும் குரங்கு என்று மந்திரமும் மாயாஜாலமுமாக வருகின்றன. அகுங், அலம் இருவரும் பறவைகளாக உருமாறி, சஹயாவைக் கண்டுபிடித்து அவளை மீட்கிறார்கள். கம்பார் மஹா சக்தியை வென்ற அகுங் ஒரு ராஜ்ஜியத்தையே உருவாக்கி, அந்த நாட்டின் மன்னன் ஆகிறான். சஹயாவை மணந்துகொள்கிறான். அலத்தைத் தன் பிரதம மந்திரியாக்குகிறான்.

இவ்வாறு சுபமாக முடிகிறது சைர் அகுங்.

மலேசியாவின் வேறு சில கதை வடிவங்களில்கூட ராமாயணக் கதையின் தாக்கம் இருக்கிறது. உதாரணத்துக்கு செர்ஜரா மலாயு என்ற அறுநூறு வருடத்தைய மலாய் சரித்திரத்தைச் சொல்லும் பதிவு. மலாய் கடற்படைத் தளபதிக்கு 'லக்ஷ்மனா' என்ற பட்டம் சூட்டப்படுவதைக் குறிப்பிடுகிறது செர்ஜரா மலாயு. கடலால் சூழப்பட்டுள்ள மலாய் நாட்டின் கப்பற்படை அதன் ராணுவத்தில் பெரும் பங்கு வகித்தது. நாட்டை ஆளும் மன்னனுக்கு அடுத்த நிலையில் கப்பற்படைத் தளபதியை வைத்திருக்கும் மலாய் சரித்திரம், அந்தப் பதவியை வகிப்பவரின் பெயரை லக்ஷ்மணனின் பெயரால் கௌரவித்திருப்பது

அதன் ராமாயண மரபு, இஸ்லாமிய ஆட்சி மாற்றத்துக்குப் பிறகும் தொடர்ந்ததைக் காட்டுகிறது.

பதினைந்தாம் நூற்றாண்டில், சுல்தான் மன்சூர் ஷா என்ற மன்னனின் அரசாங்கத்தில் இருந்த ஹாங் துவா என்ற வீரனைப் பற்றிய கதையில் ஹாங் துவா, லக்ஷ்மணனுக்கு நிகரான வீரனாகப் பெருமையுடன் தன்னைச் சொல்லிக்கொண்ட வழக்கத்தினால் அவனுக்கு லக்ஷ்மனா என்ற பட்டப்பெயர் நிலைத்துவிட்டது என்று சொல்கிறது செர்ஜரா மலாயு. ஹாங் துவாவுக்கு பிறகு வந்த கப்பற்படைத் தளபதிகளுக்கு லக்ஷ்மனா என்ற பட்டம் சூட்டப்படுவது ஒரு மரபாகவே நிலைத்துவிட்டது.

மலேசிய ராமாயணங்களில் இஸ்லாமியத் தாக்கம் இரண்டு வகைகளில் நடந்திருக்கிறது. முதலாவதாக, இந்து மதத்தின் நம்பிக்கைகளை வெளிப் படுத்தும் நிகழ்வுகளை உரத்த குரலில் சொல்லாமல், மறைமுகமாக வெளிப்படுத்துவது. சில மலேசிய ராமாயணங்களில் ராமன், விஷ்ணு வின் அவதாரம் என்ற செய்தி நேரடியாகச் சொல்லப்படுவதில்லை. பதிலாக, ராமன் மரகதப் பச்சை நிறம் என்கின்றன மலேசிய ராமா யணங்கள். விஷ்ணுவின் அவதாரம் என்று நேரடியாகச் சொல்லாமல், விஷ்ணுவின் நிறத்தை மட்டும் தக்கவைத்துக்கொண்டிருக்கிறது.

இரண்டாவதாக, ராமாயணம் நிகழ்ந்த காலத்தை ஆதாம் நபி வாழ்ந்த காலத்தோடு தொடர்பு படுத்தி, அவர் ராமாயண மாந்தர்களுடன் பழகு வதாக வரும் காட்சியமைப்பு மூலம் இஸ்லாமுக்கும் ராமாயணத் துக்கும் இணைப்பைத் தருகின்றன மலேசிய ராமாயணங்கள்.

இந்திய ராமாயணங்களில், உத்தர காண்டத்தில் வரும் ஒரு காட்சி இது. தன் தோள்வலிமையால் கைலாய மலையைத் தூக்குகிறான் ராவணன். அவன் இறுமாப்பை அடக்க, சிவன் தன்னுடைய பெருவிரலால் மலையை அழுத்த, ராவணன் மலைக்கும் நிலத்துக்கும் இடையே சிக்கிக்கொள்கிறான். இப்படியே, ஆயிரம் ஆண்டுகள் தவிக்கிறான். சிவனைச் சமாதானப்படுத்த ராவணன் தன் பத்து தலைகளில் ஒன்றை வெட்டி, யாழ் செய்து, அதை இசைத்துக்கொண்டே ஆயிரம் வருடங்கள் சாம வேதம் பாடுகிறான். சமாதானமான சிவன், அவனை விடுவித்து சந்திரஹாசம் என்ற சக்திவாய்ந்த வாளையும், மூன்றரை கோடி வருட ஆயுளையும், மூவுலகையும் ஆளும் வரத்தையும் தருகிறார்.

ஹிகாயத் செரி ராமாவில் இந்தக் கதை உருமாறுகிறது. ராவணன் தன் பன்னிரண்டாவது வயதில் தன் சகவயதுத் தோழர்களைத் துன்புறுத்திய தற்கான தண்டனையாகத் தனது பாட்டனாரால் விரட்டப்படுகிறான். தவசியாகும் ராவணன், தினமும் இரவு நெருப்பின் மேல் தலைகீழாகத் தொங்கியபடி தண்டனையை அனுபவிக்கிறான். இது போன்று பன்னிரண்டு ஆண்டுகள் தண்டனையை மேற்கொள்கிறான். அல்லாஹ்,

ஆதாம் நபியை ராவணனைச் சந்திக்க அனுப்புகிறார். ராவணனைச் சந்திக்கும் ஆதாம் நபி, அவன் நேர்மை தவறாமல் ஆளவேண்டும் என்ற நிபந்தனையோடு மூன்று உலகங்களையும் ஆளும் பொறுப்பை அவனுக்கு அளிக்கிறார்.

ஹிகாயத் செரி ராமாவில் வரும் மற்றொரு காட்சி இது. இலங்கைக்கு சீதையைத் தேடக் கிளம்பும்போது, தன் உந்து சக்தி தாங்காமல் பூமி உடைந்து உள்ளே போய்விடும் என்று ராமனின் கைகளிலிருந்து குதித்துச் செல்லும் அனுமன், இலங்கையிலிருந்து திரும்பி வர எந்த இடத்திலிருந்து குதித்து எழும்புவது என்று சீதையைக் கேட்கிறான். கடற்கரையில் ஆதாம் நபியின் பெயர் பொறித்திருக்கும் பாறையில் நின்று குதிக்குமாறு சீதை அவனிடம் சொல்கிறாள். அனுமனும், அந்தப் பாறையைத் தொழுது, அதன் மேலிருந்து குதித்துச் செல்கிறான்.

ராமன் தரப்பில் போர் ஆயத்தங்களைக் கண்டறிய அரக்கன் ஒருவனை வானரமாக உருமாற்றி உளவறிய அனுப்புகிறான் ராவணன். உளவறிந்து வந்த அரக்கன் ராமனை ஆதாம் நபியின் தோற்றப்பொலிவுக்கு இணையாக இருப்பதாக வர்ணிக்கிறான்.

இந்திரஜித்தின் மகளை மணம் செய்துகொள்ளுமாறு ராமன் லக்ஷ்மண னுக்குப் பரிந்துரைக்கையில், லக்ஷ்மணன், பெண்கள் சம்பந்தப்பட்டது எல்லாமே 'ஹராம்' (இஸ்லாத்தில் தடைசெய்யப்பட்டவற்றைக் குறிக்கும் சொல்) என்கிறான்.

ராமனே ஆதாம் நபியின் சந்ததியில் வந்தவன் என்கிறது மலேசிய ராமாயணம். பூதாகரமான உருவத்தை எடுத்துப் போர்புரியும் ராவணனுக்குச் சரிசமமாக நின்று போர் புரியத் தோதாக, அனுமன் லக்ஷ்மணனைத் தன் தோள்களில் ஏந்திக்கொள்கிறான். அனுமனின் தோள்களில் ஏறி நிற்பதற்கான காரணம் கேட்கிறான் ராவணன். 'நான் ஆதாம் நபியின் பரம்பரையில் வந்தவன். ஒரு அரக்கனுக்கு மேலான ஸ்தானத்திலேதான் அமரவேண்டும்' என்று பதில் சொல்கிறான் லக்ஷ்மணன்.

ராமாயணக் கதை எல்லா மதத்தினருக்கும் பொதுவான இறைமாட்சி உடையதாக இருந்ததுதான், இஸ்லாமிய நாடு ஒன்றிலும் அது ஏற்றுக் கொள்ளப்பட்டதற்குக் காரணம். அத்துடன், மதங்களைத் தாண்டி, எல்லாக் கலாசாரங்களுக்கும் பொதுவான உயரிய பண்புகளை வலியுறுத்துவதாகவும் ராமாயணம் அமைகிறது. தன்னலமற்ற தன்மை, அறநெறி தவறாத போர் முறை, தனிமனித ஒழுக்கம் போன்ற எல்லா கலாசாரங்களுக்கும் மதங்களுக்கும் பொதுவான அம்சங்களே ராமா யணத்தை விரும்பி ஏற்றுக்கொள்ளும் நிலைக்குக் கொண்டுவந்துள்ளன.

இதுவே ராமாயணக் கதையின் வெற்றி.

14. இந்தோனேசிய ராமாயணம்

கம்போடியாவுக்கு இணையான அல்லது அதற்கும் மேலான இந்து மதத் தாக்கம் நிகழ்ந்த நாடு இந்தோனேசியா. ஒன்பதாம் நூற்றாண்டு தொடங்கி தமிழகத்தில் ஆட்சி புரிந்த சோழ அரசர்களுக்கும் இந்தோனேசியாவின் ஸ்ரீவிஜயப் பேரரசின் மன்னர்களுக்கும் ராஜாங்க உறவு இருந்து வந்தது. தமிழ்நாட்டுப் பல்லவ அரசர்களுக்கும் இந்தோனேசியாவில் இந்திய வழியில் தோன்றிய அரசர்களுக்கும் திருமண உறவு இருந்திருக்கிறது. இந்தோனேசியாவின் சைலேந்திர சாம்ராஜ்ய அரசனின் மகளைச் ராஜேந்திர சோழன் திருமணம் செய்து கொண்டதாக மரபுவழிச் செய்தி ஒன்று குறிப்பிடுகிறது.

கி.பி 1025-ல் ராஜேந்திர சோழனின் படைகள் சுமத்திரா, மலேயா என்று பல பகுதிகளை வென்று கடாரம் வரை சென்று திரும்பியதாக கல்வெட்டு ஒன்று தெரிவிக்கிறது. அதன் பிறகு ராஜேந்திர சோழனின் மகனான வீர ராஜேந்திர சோழன் காலத்தில் (கிபி 1062-1070) ஸ்ரீவிஜய சாம்ராஜ்யத்தை இரண்டு முறை படையெடுத்து, அந்தப் பகுதி மன்னர் களிடையே நடந்த சச்சரவைத் தீர்த்துவைக்கும் அளவுக்கு தமிழக மன்னர்களின் ஆளுமை நீண்ட இடம் இந்தோனேசியா.

இத்தனை சரித்திர முக்கியத்துவம் வாய்ந்த, இந்தியர்களுடன் நிரம்பத் தொடர்புடைய இந்தப் பிரதேசத்திலும், பதினாறாம் நூற்றாண்டின் தொடக்கத்தில் இந்திய ஆளுமை முற்றுப்பெற்று, இஸ்லாமியர்களின் ஆட்சி தொடங்கியது. பல தீவுகளின் தொகுதியான இந்தோனேசியா, இஸ்லாமின் ஆளுமைக்கு உட்பட்ட பிறகும், அதன் ஒரு பகுதியான பாலி என்கிற தீவு இன்றும், முழுதாக இந்துமத்தைத் தொடர்ந்து கடைப்பிடிக்கும் இடமாக இருப்பது குறிப்பிடத்தக்கது.

இந்தோனேசிய ராமாயணத்தின் குறிப்பிடத்தக்க அம்சம், வால்மீகி ராமாயணத்தைச் சாராமல், 'பட்டி காவியம்' அல்லது 'ராவண வதை' என்ற சமஸ்கிருத ராமாயணத்தை ஒட்டிய வடிவமாக இருப்பதே. இது எட்டாம் நூற்றாண்டில் தோன்றியிருக்கலாம் என்று நம்பப்படுகிறது. பட்டி காவியத்தை ஜாவா மொழியில் மொழிபெயர்த்து எழுதப்பட்ட வடிவத்துக்கு 'காகவின் ராமாயணம்' என்று பெயர்.

காகவின் ராமாயணம் உருவான காலம் குறித்துச் சில சர்ச்சைகள் இருந்தன. சில சரித்திர ஆராய்ச்சியாளர்கள் காகவின் ராமாயணம் உருவானது பதிமூன்றாம் நூற்றாண்டு என்றனர். இந்த வாதத்தை முறியடித்து காகவின் ராமாயணம் எட்டாம் நூற்றாண்டைச் சார்ந்தது என்றவர் டாக்டர் காஸ்பாரிஸ் (Dr. Casparis). எட்டாம் நூற்றாண்டின் சில கல்வெட்டுகளை ஆராய்ந்த இவர், இதன் மொழி அமைப்புக்கும் காகவின் ராமாயணத்தின் மொழி அமைப்புக்கும் உள்ள ஒற்றுமை களைச் சுட்டிக் காட்டினார்.

பட்டி எழுதிய ராவண வதை என்ற சமஸ்கிருத நூலே இந்தோனேசியா வின் காகவின் ராமாயணம் என்பதை நிரூபித்தவர் மன்மோகன் கோஷ் என்ற இந்திய ஆராய்ச்சியாளர். 1938-ல் இவர் மேற்கொண்ட ஆராய்ச்சி மூலம் காகவின் ராமாயணம், வரிக்கு வரி பட்டி காவியத்தை மொழி பெயர்த்து எழுதப்பட்டது என்று காட்டினார். இதன் தொடர்ச்சியாக ஹூய்காஸ் (Hooykaas) என்ற டச்சுக்காரர், பட்டி காவியத்தின் பல பகுதிகளையும், வர்ணனைகளையும், கவிதை வரிகளையும் காகவின் ராமாயணத்தின் வரிகளோடு ஒப்பிட்டு, காகவின் ராமாயணம் பட்டி காவியத்தைப் பெருமளவு சார்ந்து எழுதப்பட்டது என்றார்.

இந்த மொழிபெயர்ப்பைச் செய்தவர் இந்தோனேசியாவைச் சேர்ந்தவர் என்றும் தெளிவாகத் தெரிகிறது. பல இந்தோனேசியர்கள், நாலந்தா போன்ற இந்தியப் பல்கலைக் கழங்களில் சமஸ்கிருதம் பயின்றிருக் கிறார்கள் என்ற தகவலும் கிடைக்கிறது.

மூன்றாம் நூற்றாண்டு தொடங்கி இந்தியத் தொடர்பு ஏற்பட்டிருந்தும், பலதரப்பட்ட ராமாயண வடிவங்கள் இந்தோனேசியாவுக்கு வந்திருந்தும், வால்மீகி ராமாயணம், ஜாவாவின் ராமாயணத்தை பாதிக்காதது ஆச்சரியமே. வால்மீகியின் உத்தரகாண்டம் நூற்றுக் கணக்கான வருடங்களாக இந்தோனேசியாவில் அறிமுகம் ஆகாம லேயே இருந்தது. அதன் பின்னரே அது ஜாவா மொழியில், 'செரட் லோகபாலா' என்ற பெயரில் மொழிமாற்றப்பட்டது.

இந்தோனேசிய ராமாயணங்கள் பலவகைகளின் மாற்றம் பெற்றன.

பதினாறாம் நூற்றாண்டிலிருந்து பதினெட்டாம் நூற்றாண்டு வரைக்கும் உட்பட்ட காலத்தில் ஜாவா மொழியில் பல மாறுதல்கள்

ஏற்பட்டதால், காகவின் ராமாயணம் புதிய ஜாவா மொழியில் மாற்றம் பெற்று வளர்ந்தது. மொழிபெயர்ப்பு செய்தவர் ஜசாதிபுரா என்ற இந்தோ னேசியக் கவிஞர். இவர் செய்த மொழிபெயர்ப்பில் சில மாறுதல்கள் ஏற்பட்டு, காலப் போக்கில் அவை நிலைத்து, 'செரட் ராமா' என்ற ராமாயண வடிவமாகப் பதிந்துவிட்டது.

மலேசியாவில் நிகழ்ந்ததுபோல இந்தோனேசியாவும் இஸ்லாமிய மாற்றத்துக்கு உட்பட்டதன் காரணமாக, ராமாயணத்திலும் இஸ்லாமியத் தாக்கம் நிகழ்ந்து, 'செரட் காந்தா' என்ற ராமாயண வடிவம் உருவானது.

மூன்றாவது வகை மாறுதல், இந்தோனேசியாவின் மரபு வழி வந்த நாடோடி மற்றும் சரித்திரக் கதைகளையும் ராமாயணக் கதையோடு இணைத்துவிட்ட பாரம்பரியத்தால் ஏற்பட்டது. இந்தியாவிலிருந்து வந்த ராமாயணத்தை அந்த நாட்டு மக்கள் எளிதில் ஏற்றுக்கொள்ளத் தோதாக, அந்த நாட்டில் வழிவழியாக வந்த சில கதைகளையும் நம்பிக்கைகளையும் ராமாயணத்தில் இணைத்தார்கள்.

கம்போடியாவின் அங்கோர்வட் எப்படி அந்த நாட்டின் இந்துப் பாரம்பரியத்தின் சின்னமாக விளங்குகிறதோ அது போலவே ராமாயணக் காட்சிகள் சிலையாக வடிக்கப்பட்டுள்ள பிரம்பனன் சிவன் கோயில் இந்தோனேசியாவின் கலாசார அடையாளம். அங்கிருக்கும் சிற்பங்களைக் கொண்டே ஒரு ராமாயணக் கதையை உருவாக்கி விடலாம். குப்தர்கள் பாணியில் நுணுக்கமான விவரங்களோடும் அழகுணர்ச்சியோடும் செதுக்கப்பட்ட ராமாயணக் காட்சிகள் இந்தக் கோயிலின் தனிச் சிறப்பு.

பிரம்பனன் சிவன் கோயிலின் இன்னொரு முக்கியமான அம்சம், அந்தக் காட்சிகளிலிருந்து வெளிப்படும் ராமாயணக் கதை காகவின் ராமாயணத்தை முழுவதும் சார்ந்து இல்லை என்பதே. காகவினுக்கும் பிரம்பனன் கோயில் வடிவத்துக்கும் நிறைய வேறுபாடுகள் உள்ளன. காஸ்பாரிஸின் ஆராய்ச்சிப்படி இந்தக் கோயில் பத்தாம் நூற்றாண்டில் கட்டப்பட்ட கோயில். எட்டாம் நூற்றாண்டில் உருவான காகவின் ராமாயணத்துக்கும் இந்த பத்தாம் நூற்றாண்டுக் கோயிலில் தென்படும் ராமாயண வடிவத்துக்கும் வித்தியாசங்கள் இருப்பது இடைப்பட்ட காலம் தொடங்கி பின் வந்த வருடங்களில் இந்தோனேசியாவின் ராமாயண வடிவங்களில் படிப்படியாக மாறுதல் ஏற்பட்டதையே உணர்த்துகிறது.

குறிப்பாக ஒரு காட்சி. சீதா பக்குவப்படுத்தப்பட்ட மாமிசத்தை உலர்த்திக்கொண்டிருக்கிறாள். அந்த மாமிசத்தைக் கவ்வி எடுத்துப்போக

ஒரு காகம் வருகிறது. சீதை காகத்தை விரட்டுகிறாள். காகம் சீதையைத் தாக்குகிறது. சீதை ராமனிடம் முறையிட, ராமன் காகத்தின் மீது அம்பு எய்கிறான். காகம் தப்பிப் பறக்க, அம்பு விடாமல் துரத்துகிறது. காகம் திரும்ப வந்து ராமனிடம் சரணடைய, ராமன் தன் அம்புக்கு ஓர் இலக்கு இருந்தாகவேண்டும் என்றும் இல்லாவிட்டால் அம்பு திரும்பாது என்றும் சொல்ல, காகம் தன் ஒரு கண்ணைக் காணிக்கை ஆக்குகிறது. காகம் கண்களை இடுக்கிக்கொண்டு பார்ப்பதன் காரணம் இதுதான் என்று சொல்லப்படுகிற நம்மூர் நாட்டுப்புறக் கதைகளை ஒத்திருக்கிறது இந்தக் காட்சி. இது, மலேசிய ஹிகாயத் செரி ராமா தவிர மற்ற தென்கிழக்கு ஆசிய ராமாயணங்களில் இல்லாத ஒரு கிளைக் கதை.

பிரம்பனன் கோயிலில் மட்டுமல்லாமல் அதன் தெற்குப் பகுதியில் உள்ள பிரம்மா கோயில், கிழக்கு ஜாவா பகுதியில் உள்ள பனடாரன் கோயில், ஜாலதுண்டா என்று இன்னும் பல புராதானக் கோயில்களிலும் சரித்திரப் பழமை வாய்ந்த இடங்களிலும் ராமாயணக் காட்சிகள் பரவலாகத் தென்படுகின்றன.

காகவின் ராமாயணத்தின் இரண்டு பகுதிகள் நீதி போதனைகளை உள்ளடக்கிய வடிவமாக இருக்கிறது. ராமன் பரதனுக்குத் தன் பாதுகைகளைத் தந்து அனுப்பும் கட்டத்தில் ராஜநீதி குறித்து பரதனுக்கு வழங்கும் அறிவுரைகள் கொண்ட பகுதி கம்ப ராமாயணத்தில் இல்லாத வகையில் விரிவாக அமைந்துள்ளது. ராமன் விபீஷணனுக்குச் சொல்லும் அறிவுரைகளும் விரிவாக இடம் பெற்றுள்ளன. இந்த இரண்டு பகுதிகளும் ராமாயணக் கதையிலிருந்து விலகி பிற்சேர்க்கை யாகத் திணிக்கப்பட்டவை. ஆனாலும் இவை பிரபலமானவை. தசரதன் ராமனுக்குச் சொன்னது என்றும் வாலி தன் தம்பிக்கு சொன்னது என்றும் தாய்லாந்து ராமாயணத்தை ஒட்டி எழுதப்பட்ட சில புத்தகங்கள் போன்றவையே இவையும்.

ராமன் பரதனுக்குச் சொல்லும் அறிவுரைகள் தனிமனித ஒழுக்கம் குறித்த அறிவுரைகளாக மட்டும் இல்லாமல் ஒரு மன்னன் தன் நாட்டை எப்படி ஆளவேண்டும் என்பதைக் குறித்த விரிவான பதிவுகளாக உள்ளன.

முதல் பகுதி தனிமனித ஒழுக்கம் குறித்துச் சொல்லப்படுபவை. காம, குரோத எண்ணங்களிலிருந்து விடுபடு; பொறாமையை விட்டொழி; கட்டுப்பாட்டுடன் இரு என்கிறான் ராமன் பரதனிடம். பொய் சொல்லாதே; தற்பெருமை பேசாதே; சூதில் ஈடுபடாதே; மது அருந்தாதே, அது மனத்தை மயக்கி உன் மனத்திலிருக்கும் ராஜ்ஜியத்தின் ரகசியங்களை வெளியே கொட்டிவிடும் என்று கள்ளுண்ணாமையின் கடமையை தனிமனிதக் கடமை மற்றும் அரசக் கடமை என்று இரண்டு நிலைகளுக்கும் பொருத்திச் சொல்கிறான்.

இரண்டாவது வகை சக மனிதர்களை எடைபோடுதல், அவர்களை அரவணைத்துச் செல்லுதல், எதிரிகளை வெற்றி கொள்ளுதல் என்று தற்கால சுய முன்னேற்றப் புத்தகங்களில் வரும் கருத்துக்கள் போன்ற வையாக உள்ளன. உதவி கேட்டு வரும் யாரையும் நிராகரிக்காதே; எவ்வளவு கீழான நிலையில் இருக்கும் பிரஜையையும் அலட்சியப் படுத்தாதே; யாருக்கும் எளிதாக உயர்பதவி அளித்துவிடாதே; அவர்களை நிறையப் பரீட்சைகளுக்கு உள்ளாக்கு; அவற்றில் அவர்கள் வெற்றி பெற்றால் உயர் பதவி அளி; தான தர்மங்கள் செய்யும்போது உண்மையான பொதுநோக்கோடு செய்; நேர்மை இல்லாத அதிகாரி களையும் தந்திரமாக வேலைசெய்யும் அதிகாரிகளையும் தயவு தாட்சண்யம் பார்க்காமல் விலக்கு என்பதான கருத்துகள் அடங்கி யுள்ளன.

மூன்றாவதாக யுத்த முறைகள், நாட்டின் பாதுகாப்பு குறித்த கருத்துக்கள். ராணுவப் பயிற்சிகளில் பங்கேற்கும் தளபதிகள் இயங்கும் முறையை கூர்ந்து கவனித்து திறம்பட செயல்படும் வீரர்களுக்கு உயர்பதவிகள் அளி; நீ பயப்படுபவர்களிடம் உன் பலவீனங்களைப் பற்றி பேசாதே; உன் வீரர்களைக் கடிந்து கொள்வதையும் நாசூக்காகச் செய்; யானைப் படை, குதிரைப் படை போன்றவற்றைச் சரிவரப் பராமரித்து அவற்றை எப்போதும் யுத்தத்துக்குத் தயாரான நிலையில் வைத்திரு; உன் பகைவர்களைத் தேடிப்பிடித்து அவர்களை வென்று கொண்டே இரு; அதற்காகத் திறமையான ஒற்றர் படையை நியமித்து அவர்கள் மூலம் கண்டறியும் பகைவர்களை வெற்றிகொள்; போரிடாமலேயே தந்திரமாக அவர்களைச் சரணடையச் செய்; அது பயன் அளிக்காவிட்டால் பகைவர்களை எல்லா யுக்திகளைக் கொண்டும், எல்லா விதமான ஆயுதங்களைக் கொண்டும் அழி என்று அறிவுரை சொல்கிறான் ராமன்.

நான்காவதாக, ஓர் அரசாங்கத்தை நடந்தவேண்டிய வழிமுறைகள் விரிவாகச் சொல்லப்பட்டுள்ளன. கோயில்கள், மருத்துவமனைகள், கிராமங்கள் ஆகியவற்றுக்கு வரிவிலக்கு அளி; சாலைகள், ஏரிகள், மீன் வளங்கள், பூங்காக்கள், அங்காடிகள், பாலங்கள் ஆகியவற்றைச் சரிவரப் பராமரி; நாட்டின் தங்கச் சேமிப்பை வளப்படுத்து; அறிந்தே தவறு செய்யும் அரசு அதிகாரிகளுக்கு மரண தண்டனை விதி; ஆனால் தண்டனை விதிக்குமுன் தீர விசாரி; நாட்டின் பிரதானமான வளமான விவசாயத் துறையில் ஈடுபட்டுள்ளவர்களின் குறையை போக்கு; உன் பிரஜைகள் எல்லோரும் உனக்கு முக்கியமானவர்கள்; அறிவாளிகளும் அனுபவப்பட்டவர்களும் மட்டுமல்ல நாட்டின் சொத்து, நாணய மானவர்களும் நேர்மையானவர்களும் கூட நாட்டுக்கு அவசியமான வர்கள்; எல்லாருடைய நல்ல தீய குணங்களையும் அறிந்துகொண்டு,

அதற்கேற்றபடி அவர்களைச் சரியான இடத்தில் அமர்த்தி நாட்டுக்கு நன்மை பயக்கும் வகையில் அவர்களை உபயோகித்துக்கொள் போன்ற கருத்துக்களைச் சொல்லும் பகுதியாக இது இருக்கிறது.

அர்த்தசாஸ்திரம் போன்ற நூல்களில் அடங்கிய கருத்துக்களை பிரபலமான காப்பியமான ராமாயணக் கதையில் நுழைத்துச் சொல்வது ஒரு வகையில் இந்தோனேசிய ராமாயணத்தின் சிறப்பு என்று சொல்லலாம்.

15. பர்மிய ராமாயணம்

பர்மாவின் ராமாயண மரபிலும் இரண்டு பிரிவுகள் இருக்கின்றன. வால்மீகியைச் சார்ந்த மரபு ஒன்று. புத்த ராமாயணத்தைச் சார்ந்த மரபு இன்னொன்று. பர்மிய ராமாயணத்தின் வாய் மொழிப் பாரம்பரியம் பதினொன்றாம் நூற்றாண்டிலேயே தொடங்கிவிட்டது. அதற்கு ஆதாரம் மோன் என்கிற பழங்குடியினருக்கான மொழியில் செதுக்கப் பட்ட கல்வெட்டுகள். கியான்சித்தன் என்ற பதினொன்றாம் நூற்றாண்டு அரசன், தன்னுடைய முன்பிறப்பில் தான், ராமனுடைய நெருங்கிய உறவினனாக இருந்ததாகக் கல்வெட்டு மூலம் சொல்கிறான். வாய் மொழிப் பாரம்பரியமாக அறுநூறு ஆண்டுகள் வளர்ந்த ராமாயணம், பதினேழாம் நூற்றாண்டில் பர்மாவில் எழுத்துவடிவம் பெற்றது.

உரைநடை, கவிதை, நாடகம் என்று மூன்று பிரிவுகளில், பர்மிய ராமாயணங்கள் பதிமூன்று வடிவங்களில் இருக்கின்றன. ராமவத்து என்ற பர்மிய ராமாயணம் அந்தப் பதிமூன்றில் முக்கியமானது. பதினேழாம் நூற்றாண்டில் எழுதப்பட்ட ராமவத்துவுக்கு 'ராமனின் கதை' என்பது பொருள்.

ராவணன் பிறப்பிலிருந்து ராமாயணத்தைத் தொடங்கும் ராமவத்து, ராவணனை மஹா பிரம்மாவின் மகன் என்கிறது. இந்த விவரம் பர்மிய ராமாயணத்தைத் தவிர மற்ற ராமாயணங்களில் தென்படுவதில்லை.

ராமனின் முந்தைய பிறப்பு போதிசத்வா என்று குறிப்பிடுகிறது ராமவத்து. போதிசத்வரின் கடைசி அவதாரமே சித்தார்த்தனாகப் பிறக்கும் கௌதம புத்தர். புத்த ராமாயணத்தின் பாதிப்பில் ஏற்பட்ட மாற்றம் இது. ராமன், விஷ்ணுவின் அவதாரம் என்ற செய்தி, ஒரே ஓர் இடத்தில் மட்டுமே வெளிப்படுகிறது. தனக்கு உடன்படுமாறு சொல்லும் ராவணனிடம் சீதை, 'என் கணவனை வெறும் மானுடன்

என்று நினைக்காதே! அவர் விஷ்ணுவைப் போன்று வலிமை உள்ளவர்' என்கிறாள்.

ராமகியன் போலன்றி, ராமவத்துவில் யுத்த காண்டம் மிகச் சிறிய அளவிலேயே விவரிக்கப்பட்டிருக்கிறது. ராமவத்துவில் நான்கு அல்லது ஐந்து யுத்தக் காட்சிகளே விவரிக்கப்படுகின்றன.

ராமகியனின் கதைப் போக்குக்கு முற்றிலும் மாறுபட்ட நிலையில் ராமவத்து இருக்கிறது. வால்மீகி ராமாயணம்போல, கதை மாந்தர்களின் உயரிய பண்புகளையும், மனித உறவுகளின் மேன்மையையும் விவரிப்பதற்குமே ராமவத்து அதிகக் கவனம் செலுத்துகிறது. பர்மா மீதான இந்தியத் தாக்கம் தாய்லாந்து வழியாக ஏற்படாமல், நேரடி யாகவே நிகழ்ந்திருக்கலாம் என்பதையே இது சுட்டிக் காட்டுகிறது.

ஏழு காண்டங்களாகப் பிரிக்கப்பட்டிருக்கும் ராமவத்து, பாத்திரப் படைப்பு, காவிய நோக்கம், கதை அமைப்பு போன்ற அளவுகோல் களை வைத்துப் பார்க்கும்போது பெரும்பாலும் வால்மீகி ராமாயணத் துடன் பொருந்திப்போகிறது. தனித்தன்மையுடன் கூடிய சிறப்பான அம்சங்கள் ஏதும் பர்மிய ராமாயணங்களில் இல்லை என்றே சொல்ல வேண்டும். சில சம்பவ மாற்றங்களும் மாறுபட்ட கிளைக்கதைகளும் மட்டுமே விவாதிக்க உகந்தவையாக உள்ளன.

சீதையின் சுயம்வரத்தில் ராவணனும் பங்கு பெறுகிறான். மலேசிய ராமாயணத்திலும் ராவணன் சுயம்வரத்தில் பங்குகொள்வதாகக் காட்சி யமைப்பு இருக்கிறது. ராமவத்துவின் சுயம்வரக் காட்சியின் மாற்றம் சுவையானது.

சயாம் சொஸைட்டி என்ற கலாசாரக் குழு உறுப்பினர்களுக்காக பர்மிய ராமாயணத்தின் ஒலி ஒளிக் காட்சி பாங்காக்கில் காண்பிக்கப்பட்டது. குழுவில் நானும் ஒரு உறுப்பினன் என்பதால் சில ஐரோப்பிய நண்பர் களோடு அந்தக் காட்சிக்குச் சென்றிருந்தேன். ராமவத்துவின் மிகப் பிரபலமான சுயம்வரக் காட்சி வந்தது. ஒவ்வொரு மன்னனாக வந்து சிவதனுசுவைத் தூக்க முயன்று தோல்வியுறுகிறார்கள். அந்தக் காட்சி யின் சுருக்கத்தை என் நண்பர்களுக்கு நான் எடுத்துச் சொன்னேன்.

'யாருமே தூக்க முடியாத சிவதனுசுவை ராமன் தூக்கி முறித்து சீதையை மணமுடிப்பார்' என்று உற்சாகமாக வர்ணனை செய்து கொண்டிருக் கையில், பர்மிய ராவணன் திரையில் அலட்சியமாக வந்து வில்லைத் தூக்கிவிட்டான். நண்பர்கள் 'உனக்கு உண்மையிலேயே ராமாயணம் தெரியுமா' என்ற ரீதியில் என்னைப் பார்த்தார்கள். நான் அரண்டு போய்த் திரையைப் பார்த்தேன். காட்சியில் ராவணன் எகத்தாளச் சிரிப்போடு வில்லைத் தூக்கியபடி ஜனகனிடமும் சீதையிடமும் போய் நிற்கிறான்.

ஜனக மகாராஜா பதைபதைக்கிறார். அவர் பதட்டத்தில் பாதி எனக்கும். என்ன இது? பர்மிய ராமாயணத்தில் ராவணன் சீதையை மணமுடித்து, ராமன் கடத்திக்கொண்டு போவதுபோல் கதையை மாற்றித்தொலைத்து விட்டார்களா என்று கவலையுடன் திரையைக் கவனிக்கிறேன். ஐரோப்பிய நண்பர்கள் என்னையும் நம் ராமாயணத்தையும் தவறாக எடுத்துக்கொள்ளப் போகிறார்களே என்ற சங்கடமும் சேர்ந்து கொண்டது. திரையில் சீதை, 'குய்யோ முறையோ' என்று பர்மிய மொழியில் அலறுகிறார். அங்கும் இங்கும் ஓடுகிறார். அழுகிறார். என் வாழ்நாளிலேயே ராமாயணக் கதையை இவ்வளவு ஆர்வத்தோடு நான் பார்த்தது இதுவாகத்தான் இருக்கவேண்டும்.

காட்சி தொடர்ந்தது. ராவணன் வில்லை நிற்கவைத்து நாண் ஏற்றுகிறான். ஏற்ற முடியவில்லை. சிவதனுசுவை அலட்சியமாகத் தூக்கமுடிந்தவனால், வில்லை வளைத்து நாண் ஏற்றமுடிவதில்லை. பலமுறை முயன்று, முடியாமல் களைத்துப்போய், சிவதனுசுவைக் கீழே வைத்துவிட்டுப் போகிறான். ராமன் வில்லை வளைத்து நாண் ஏற்றும்போது வில் முறிந்து விடுகிறது. அவர் பலத்தைக் கண்டு அதிசயத்து ராவணன் தன் தோல்வியை ஒப்புக்கொண்டு பின்வாங்கிவிடுகிறான்.

ஜனக மகாராஜாவும் நானும் நிம்மதிப் பெருமூச்சு விட்டோம்!

ராமாயணக் கதையைச் சிதைக்காமல் அது அனுமதிக்கிற எல்லை களுக்குள் இயங்கி கதையின் சுவையைக் கூட்டமுடியும் என்பதற்கு ராமவத்துவின் சுயம்வரக் காட்சி ஓர் உதாரணம். பெரும்பாலான தென்கிழக்கு ஆசிய ராமாயணங்கள் இந்த உத்தியைப் பின்பற்றித்தான் ராமாயணத்தை விதவிதமாகச் சொல்கின்றன.

ராமவத்துவில் ராமனின் வனவாசம் நிகழ்வது பன்னிரண்டு ஆண்டுகள். பதினான்கு அல்ல. தசரத ஜாதகா என்ற புத்த ராமாயணத்தில் வனவாசம் பன்னிரண்டு ஆண்டுகள்தான் என்பதை நினைவில் கொள்ளவேண்டும். பெரும்பாலும் வால்மீகியைச் சார்ந்த ராமவத்து வனவாசக் கணக்கில் புத்த ராமாயணத்தைப் பின்பற்றியிருக்கிறது.

ராமவத்துவில் பொன்மான் வடிவில் வருவது சூர்ப்பனகை.

சீதையைத் தனியே விட்டுச் செல்லும் லக்ஷ்மணன், பர்ணசாலையைச் சுற்றி ஒரு வட்டம் வரைந்துவிட்டுப் போகிறான். ராவணனால் அந்த வட்டத்தைத் தாண்டி உள்ளே செல்ல முடிவதில்லை. முனிவன் வேடத்தில் வரும் ராவணனுக்குப் பிச்சை இட, சீதையே அந்த வட்டத்தைத் தாண்டிச் செல்வதால் ராவணனிடம் பிடிபடுகிறாள்.

யுத்தகாண்டத்தில் விண்ணில் மறைந்து போரிடும் இந்திரஜித்தை ராமன் உட்பட யாராலும் காண முடிவதில்லை. பன்னிரண்டு வருடங்கள்

எந்தப் பெண்ணின் முகத்தையும் பார்க்காத ஒருவனால் மட்டுமே இந்திரஜித்தைக் காணமுடியும் என்கிறான் விபீஷணன். உடனே லக்ஷ்மணனை அழைத்து, இந்திரஜித்துடன் போர் செய்யச் சொல் கிறார்கள். லக்ஷ்மணனும் இந்திரஜித் இருக்கும் இடத்தைக் கண்டு பிடித்து, அவனைக் கொல்கிறான். லக்ஷ்மணன் சீதையின் முகத்தை ஏறெடுத்தும் பார்க்காமல் இருந்தான் என்பதை உணர்த்த இந்தக் கதை.

சுக்ரீவன் ராம லக்ஷ்மணர்களைச் சந்திக்கும் கட்டம் சற்றே மாறுதலுடன் சொல்லப்பட்டிருக்கிறது ராமவத்துவில். சுக்ரீவன் அமர்ந்திருக்கும் ஒரு மரத்தின்கீழ் சீதையைத் தேடிக் களைத்துப்போய் அமருகிறார்கள் ராமனும் லக்ஷ்மணனும். அயர்ச்சியின் காரணமாக, ராமன் லக்ஷ்மணனின் மடியில் தலைவைத்துப் படுத்து உறங்குகிறான். ஒரு பெரிய வண்டு லக்ஷ்மணன் முதுகில் அமர்ந்து அவன் ரத்தத்தை உறிஞ்சு கிறது. லக்ஷ்மணன், வண்டை விரட்ட ஏதாவது செய்தால் ராமனின் தூக்கம் கலைந்துவிடும் என்று வலியைச் சகித்துக்கொண்டு அசையாமல் உட்கார்ந்திருக்கிறான்.

மரத்தின் மேல் அமர்ந்து இதைப் பார்க்கும் சுக்ரீவன், மனம் நெகிழ் கிறான். சகோதரனுக்கு இவ்வளவு சிரத்தையாகப் பணிவிடை செய்யும் லக்ஷ்மணன்போல் தன் சகோதரன் தன்மேல் அன்பு பாராட்டவில்லையே என்று அவனுக்குக் கண்ணீர் பெருகுகிறது. அவன் கண்களிலிருந்து உதிரும் கண்ணீர், ராமன்மீது விழுந்து, ராமன் தூக்கம் கலைகிறது. இப்படி ராமன் - சுக்ரீவன் சந்திப்பை வித்தியாசமாகச் சொல்கிறது ராமவத்து.

இந்தச் சம்பவ மாற்றங்கள் தவிர ராமவத்து, தென்கிழக்கு ஆசியாவின் இதர ராமாயணங்களிலிருந்து பெரிதும் மாறுபட்டதாக இல்லை. அதன் தனித்துவம் வாய்ந்த பகுதிகள் என்று குறிப்பிடும்வகையில் பாத்திரப் படைப்பிலோ காவிய நோக்கத்திலோ எந்த மாறுபாட்டையும் உருவாக்கவில்லை ராமவத்து.

ராம தன்மயோ என்ற இன்னொரு பர்மிய ராமாயணம் இரண்டு சுவையான கற்பனைக் கதைகளை முன்வைக்கிறது. பர்மிய ராமாயணத்தில் சீதை சுயம்வரத்தில் ராவணன் பங்குபெறும் காட்சிக்கு விளக்கம் சொல்கிறமாதிரி ஒரு கற்பனைக் கதையை உண்டாக்கியிருக் கிறது ராம தன்மயோ. சீதையின் சுயம்வரத்தை அறிவிக்கும் தோலினால் ஆன அறிவிப்புப் பலகை பலமான காற்றால் அடித்துச் செல்லப்பட்டு ராவணனின் கைகளில் போய் விழுகிறது என்கிறது இந்த பர்மிய ராமாயணம். அசோக வனத்தில் சீதையைச் சந்திக்கும் அனுமன், சீதையைத் திரும்பக் கொண்டுவருவதாகவும் சொல்கிறது ராம தன்மயோ.

இந்தத் திருப்பம் எந்த ராமாயண வடிவத்திலும் இல்லை என்று சொல்லலாம்.

16. ஜப்பானிய ராமாயணம்

ராமாயணம், இந்து மதம் சார்ந்த, அந்த மதத்தின் கடவுள்களின் பெருமைகளைக் குறித்த நூல் என்பது உண்மையாக இருந்தாலும் அதை மீறிய சிறப்பு ஒன்று அதற்கு உண்டு. ராமாயணம், ரசமான, விறுவிறுப்பான, திருப்பங்கள் நிறைந்த நல்ல கதை. அதைச் சார்ந்த மதத்தையும் மதக் கடவுள்களையும் விலக்கிவிட்டு வெறும் கதையாகப் பார்த்தாலும் அதன் சுவாரசியம் சற்றும் குறையாது. தெய்வத்தன்மையும் மனிதத்தன்மையையும் கலந்த அதன் கதாபாத்திரங்களின் இயல்பும் மனிதப் பண்புகளை வெளிப்படுத்தும் பாத்திரப்படைப்பும் எல்லா நாகரிகங்களையும் நாடுகளையும் கவரும் தன்மை உடையது.

ஆயிரம் ஆண்டுகளுக்கு முன்பு நடந்த இதிகாசமாகவோ அல்லது தற்காலத்தில் நடக்கும் சமூகக் கதையாகவோ அல்லது எதிர்காலத்தில் நிகழ இருக்கும் அறிவியல் புனைகதையாகவோ அதை உருமாற்ற முடியும். இந்த இயல்பினால் ராமாயணம் இந்து மதம் பரவாத சீனா, ஜப்பான் போன்ற இடங்களில்கூட ஒரு நல்ல சுவாரசியமான புனைவுக்கு அடிப்படையாக இருந்துள்ளது.

ஹோடூட்சுஹ⁻ என்ற ஜப்பானியக் கதை அதைப் போன்றதுதான்.

ஜப்பான் புத்த மதத்தைத் தழுவிய நாடு. ஆனால், கலாசார ரீதியாக இந்தியத் தாக்கம் எந்த விதத்திலும் வெளிப்படாத நாடு. அந்த நாட்டை இந்து மதம் பாதித்திருக்காவிட்டாலும், ராமாயணம் பாதித்திருக்கிறது.

சாக்யமுனி சுபிட்சமான ஒரு நாட்டுக்கு அரசர். பஞ்சத்தில் வாடும் அண்டை நாடு, அவர் நாட்டின்மேல் படையெடுத்து வருகிறது. சாக்ய முனியின் தளபதிகள் எதிரிகளுடன் போரிட உத்தரவு கேட்கிறார்கள். ஆனால் சாக்யமுனி போரில் ஈடுபட விரும்பாதவர். அஹிம்சாவாதி.

உயிர்கள் தேவையில்லாமல் மடிவது பொறுக்காமல், போரை நிறுத்த, தன் அரசைத் துறந்து கானகம் போய்விடுகிறார். அரசனின் தலைமை இல்லாத படை எதிரிகளிடம் சண்டையிடாமல் சரணடைந்துவிடு கிறது. போர் தவிர்க்கப்படுகிறது.

சாக்யமுனி வனவாசம் போகும்போது, அவரது மனைவியும் உடன் வருகிறாள். இருவரும் தவவாழ்க்கை வாழ்கின்றனர். காட்டில் அறிமுக மாகும் ஒரு துறவி அவர்களுடன் நட்பு பாராட்டுகிறார். அந்தத் துறவி உண்மையில் மாறுவேடத்தில் வந்திருக்கும் ஒர் அரக்கன் (Dragon என்கிறது கதை). சாக்யமுனி இல்லாத ஒரு நாள் அரக்கன் அவர் மனைவியைக் கவர்ந்து சென்றுவிடுகிறான்.

திரும்பிவந்த சாக்யமுனி, மனைவியைக் காணாமல் தவிக்கிறார். காடு முழுவதும் தேடி அலைகிறார். சிறகுகள் முறிக்கப்பட்ட ஒரு பெரிய பறவை அவர் பாதையில் குறுக்கிட்டு, அரக்கன் அவர் மனைவியைத் தூக்கிச்சென்ற செய்தியைச் சொல்கிறது. அரக்கனுடன் போரிட்டு அவனைத் தடுக்க முயல, அவன் சிறகுகளை வெட்டி வீழ்த்திவிட்டு அவளைத் தூக்கிச் சென்றுவிட்டதாகச் சொல்லிவிட்டுப் பறவை இறந்து போகிறது.

சாக்யமுனி தன் தேடலைத் தொடர்கிறார். வழியில் தென்படும் மலையில் ஏராளமான குரங்குகள் இருப்பதைப் பார்க்கிறார். குரங்குகள் போருக்கு ஆயத்தம் செய்துகொண்டிருக்கின்றன. தன் ராஜ்ஜியத்தைப் பக்கத்து மலை குரங்கு அரசன் அபகரித்துக்கொண்டான் என்றும், அவனுடன் போர் புரியப்போவதாகவும் சொல்கிறான் குரங்கு அரசன்.

சாக்யமுனி அவர்களுக்கு உதவமுடியுமா என்று குரங்கு அரசன் கேட்க, அவர் அதற்கு ஒப்புக்கொள்கிறார். குரங்குப் படைக்குத் தலைமை தாங்கி, தன் வில்லாண்மையை வெளிப்படுத்தி, எதிரிகளை விரட்டி யடிக்கிறார்.

தங்கள் ராஜ்ஜியத்தை மீட்டுத் தந்த சாக்யமுனிக்கு குரங்குகள் உதவி செய்ய விரும்புகின்றன. சாக்யமுனி தன் கதையைச் சொல்கிறார். குரங்குகள் அவரோடு இணைந்து அவரது மனைவியைத் தேடுகின்றன. பறவை காட்டிய திசையில் தேடிப் போய் ஒரு கடலை அடைகிறார்கள். குரங்குப் படை கடலைத் தாண்டி இருக்கும் அரக்கனைக் குறிப்பிட்டு அவன்தான் சாக்யமுனியின் மனைவியைக் கடத்தியிருக்கிறான் என்று சொல்கின்றன. கடலைக் கடக்கப் பாலம் கட்டுகின்றன. பாலத்தின் வழியே சென்று அரக்கனின் கோட்டையை அடைகிறது குரங்குப் படை.

அரக்கனுக்கும் குரங்குகளுக்கும் சண்டை மூள்கிறது. அரக்கனின் தாக்குதலில் முதல் நாள் போரிலேயே ஏராளமான குரங்குகள் இறந்து

போகின்றன. குரங்குப் படையில் இருக்கும் ஒரு சிறிய குரங்கு, இமய மலைக்குப் பறந்துசென்று ஒரு மூலிகை மரத்தின் கிளையை ஒடித்து எடுத்துவருகிறது. அந்தக் கிளையால், இறந்துபோன குரங்குகளை வருடுகிறது. அனைத்துக் குரங்குகளும் உயிர் பிழைத்து, முன்னைவிட நிரம்பப் பலம் பெறுகின்றன. அரக்கன் கோட்டையைத் தாக்குகின்றன. சாக்யமுனியின் அம்புக்கு அரக்கன் பலியாகிறான். ராணி சாக்ய முனியோடு இணைகிறார்.

ஹோடூட்சுஹௗ எங்கெல்லாம் ராமாயணத்துடன் ஒத்துப்போகிறது என்று பட்டியலிட அவசியமே இல்லை. கைகேயி, சூர்ப்பனகை, வாலி போன்ற ராமாயணக் கதையில் முக்கியத் திருப்பங்களைக் கொண்டு வரும் பாத்திரங்கள் இல்லாமலேயே ராமாயணத்தின் ஆதாரக் கதையைச் சார்ந்திருக்கிறது ஹோடூட்சுஹௗ.

சாக்யமுனியை ஓர் அஹிம்சாவாதியாக, போரினால் ஏற்படும் உயிர்ச் சேதத்தைத் தவிர்க்க ராஜ்ஜியத்தையே துறக்கத் தயாராக இருப்பவராகச் சித்திரித்து, ராமனின் பாத்திரப் படைப்புக்கு மிக அருகில் கொண்டு வந்து நிறுத்தியிருக்கிறது. ஹோடூட்சுஹௗ.

ஹோடூட்சுஹௗவின் மூலம் சீன ராமாயணம். ஹோடூட்சுஹௗவை எழுதிய தைரானோ யசுயோரி, மூலக் கதையாக 'லியு போலோ மி சிங்' என்ற சீன ராமாயணக் கதையைத் தழுவி எழுதியதாகக் குறிப்பிடு கிறார். சீன ராமாயணத்தோடு ஒப்பிட்டால் அதற்கும் ஹோடூட்சுஹௗ வுக்கும் சில வித்தியாசங்கள் தெரிகின்றன.

சீன ராமாயணத்தில் சாக்யமுனி மீது படையெடுத்து வரும் அண்டை நாட்டு அரசன், அவரது மாமன். அவன் பஞ்சத்தால் சாக்யமுனியின் அரசுமீது படையெடுப்பதில்லை. தன் ராஜ்ஜியத்தை விரிவாக்கும் எண்ணத்துடன் படையெடுத்து வருகிறான்.

குரங்குப்படைத் தலைவன் படையெடுத்துப்போகும் பக்கத்து நாட்டு அரசன் அவனுடைய மாமன் என்றும் அவனால் கொடுமைப்படுத்தப் பட்டவன் குரங்குத் தலைவன் என்றும் சொல்கிறது சீன ராமாயணம். தன்னைப்போலவே மாமனால் கொடுமைப்படுத்தப்பட்ட குரங்குத் தலைவனுக்கு சாக்யமுனி உதவ முற்படுவதாக, இருவருக்கும் பொது நோக்கு ஒன்றினால் இணைப்பைக் கொண்டுவருகிறது சீன ராமாயணம்.

அனுமன் பாத்திரத்தை நினைவுபடுத்தும் சிறிய குரங்கு, ஜப்பானிய ராமாயணம் போல இமயமலைக்குப் போய் மூலிகைகளைக் கொண்டு வருவதில்லை. இறந்து போன குரங்குகளின் மூக்கின் மேல் தெய்வீக மருந்து ஒன்றைத் தேய்ப்பதாக மட்டுமே சொல்கிறது சீன ராமாயணம்.

இந்த வித்தியாசங்கள், ஜப்பானியர்களுக்கு இந்திய ராமாயணத்திலும் பரிச்சயம் இருந்திருக்கிறது என்பதை உணர்த்துகிறது. ஜப்பானியச் சரித்திரத்தில் அதற்கான ஆதாரங்கள் புலப்படுகின்றன. தாய்லாந்து, கம்போடியா போல இந்தியர்களின் ஆளுமைக்கு ஜப்பானியர்கள் உட்படவில்லை என்றாலும் இந்திய வாணிபத்தொடர்பு சீனாவிலும் ஜப்பானிலும் இருந்தது.

இந்தியாவிலிருந்து நேரடியாக இல்லாவிட்டாலும், தென்கிழக்கு ஆசிய நாடுகளில் தங்கியிருந்த இந்தியர்களின் மூலமாக ஜப்பானிலும் எட்டாம் நூற்றாண்டில் இந்தியத் தொடர்பு வளர்ந்தது. பரதவாஜ போதிசேனா என்ற இந்தியர், ஜப்பானிய அரச குடும்பத்தின் ஆதரவில், நாரா என்ற ஜப்பானிய நகரத்தில் புத்தரின் உருவச்சிலையை நிறுவ விசேஷ பூஜைகள் செய்ய அழைத்துவரப்பட்டதாகச் சரித்திரக் குறிப்புகள் சொல்கின்றன.

ஹோபூட்சுஹூ கதையுடன் ராமாயணத் தாக்கம் நின்றுவிடவில்லை. சம்போ எகொடொபா என்ற இன்னொரு ஜப்பானிய கதையைப் பாருங்கள்.

ஒரு பணக்காரத் தம்பதியினருக்கு செமு என்ற ஒரே பிள்ளை. பெற்றோர்களுக்கு வயது முதிர்ந்த சமயம், பிள்ளை வாலிப வயதை எட்டியிருந்தான். தாய், தந்தைக்குச் சேவை செய்வதே பிறவிப் பயனாகக் கருதும் மகன். பெற்றோர்களுக்குக் கண்பார்வை போய் விடுகிறது. தங்கள் செல்வத்தை ஏழைகளுக்கு தானம் செய்துவிட்டு, தங்கள் அந்திமக் காலத்தில் துறவறம் மேற்கொண்டு, காட்டுப்பகுதியில் தங்கி, இறுதி நாட்களைக் கடவுள் சிந்தனையில் கழிக்கவேண்டும் என்னும் தங்கள் ஆசையை மகனிடம் சொல்கிறார்கள்.

செமு அவர்கள் இஷ்டம்போல அவர்களைக் காட்டுக்குக் கூட்டிச் சென்று ஒரு நீர்நிலைக்கு அருகில் தங்குவதற்குக் குடிலையும் அமைத்துத் தருகிறான். தினமும் காலையில் எழுந்து பெற்றோர் களுக்கான உணவு சேகரிப்பதையும் அவர்களுக்குப் பணிவிடை செய்வதிலுமே தன் நேரத்தைக் கழிக்கிறான்.

ஒரு நாள் பெற்றோர்கள் அவனிடம் குடிப்பதற்குத் தண்ணீர் கேட் கிறார்கள். குளிர் அதிகமாக இருந்த காரணத்தால் மான் தோல் ஒன்றைத் தன்மேல் போர்த்திக்கொண்டு செமு தண்ணீர்க் குடத்துடன் நீர் நிலைக்கு வருகிறான். குனிந்து தண்ணீர் மொள்ளும்போது வேட்டைக்கு வந்திருந்த அந்த நாட்டு அரசன் கைரா எய்த அம்பு அவனைத் துளைக் கிறது. அலறியபடிக் கீழே விழுபவனை ஓடிவந்து பார்க்கும் அரசன் தவறை உணர்கிறான்.

'இது என் கர்ம பலன். நான் எனக்காக வருந்தவில்லை. என் கண்ணிழந்த பெற்றோர்கள் என் சேவை இல்லாமல் எப்படி உயிர் வாழ் வார்கள் என்பதே என் வருத்தம்' என்கிறான் செமு. 'நீ இறந்தபின் உன் பெற்றோர்களை நான் காப்பாற்றுகிறேன்' என்கிறான் மன்னன் கைரா.

தன் இறுதிக் கடமையாக, தண்ணீர் மொண்டு சென்று தன் பெற்றோர் களுக்குத் தருமாறு கேட்டுக்கொள்கிறான் செமு. 'இறப்பு எல்லோ ருக்கும் நிகழக்கூடியதுதான். என் இறப்பை எண்ணிக் கலங்காதீர்கள் என்று என் பெற்றோரிடம் சொல்லுங்கள். அடுத்த பிறவியிலும் அவர் களுக்கு மகனாகப் பிறந்து அவர்களுக்குச் சேவை செய்வேன் என்று சொல்லுங்கள்' என்று சொல்லிவிட்டு உயிர் துறக்கிறான் செமு.

அரசன் பெற்றோரிடம் செல்கிறான். அரசனால் மகன் இறந்தது தெரியாமல் அவனை வரவேற்று அவனைப் பாராட்டிப் பேசுகிறார்கள். அரசன் மனம் நெகிழ்ந்துபோய், அவர்களிடம் உண்மையைச் சொல் கிறான். பெற்றோர்கள் கீழே விழுந்து அழுது அரற்றுகிறார்கள். மகனின் சடலம் இருக்குமிடத்திற்குக் கூட்டிப் போகுமாறு சொல்கிறார்கள். அரசன் அழைத்துச் செல்கிறான். மகனின் உடலைக் கட்டி அணைத்துக் கொண்டு கதறுகிறார்கள். 'என் மகன் எங்களுக்குச் செய்த சேவையில் களங்கம் இருந்தால் அவன் இறந்து போகட்டும். அவன் எங்கள் மேல் வைத்த அன்பு உண்மையாக இருக்குமானால் அவன் உயிர் பெற்று வரவேண்டும்' என்று கதறுகிறார் தந்தை.

அவர் கதறல் இந்திரனையே மனித உருவில் பூமிக்கு வரவைக்கிறது. செமுவை உயிர்ப்பிக்கிறான் இந்திரன். பெற்றோர்களுக்குக் கண் பார்வையும் திரும்பக் கிடைக்கிறது.

செமு, அரசன் கைராவிடம் அவனுடைய நாட்டில் உயிர்வதை தடுக்கப்படவேண்டும் என்று வேண்டிக்கொள்கிறான். 'உயிர்வதை பாவம். அந்தப் பாவத்தைச் செய்பவர்கள் நரகத்தில் மாட்டிக்கொள் வார்கள். உன் நல்வினையின் காரணமாகவே இந்தப் பிறப்பில் நீ அரசனாகியிருக்கிறாய். அந்த நல்வினையை, வேட்டையாடி உயிர் களைக் கொல்வதன் மூலம் அழித்துவிடாதே' என்கிறான் செமு. அரசன் நாட்டுக்குத் திரும்பிச் சென்று செமு கேட்டுக்கொண்டதைப்போல ஆணையிடுகிறான். பெற்றோர்களைப் பராமரிப்பதை ஒவ்வொரு குடிமகனின் கடமையாக அறிவிக்கிறான்.

இந்தக் கதையைச் சொல்பவர் புத்தர். செமு என்ற தன்னுடைய முன்பிறவிக் கதையைச் சொல்கிறார் புத்தர். 'பெற்றோர்களின் அன்பு காரணமாகவும் அவர்களுக்குத் தான் செய்த தொண்டின் காரண மாகவுமே நான் இப்பிறப்பில் புத்தனாக அவதரித்தேன். ஆகவே

எல்லோரும் தங்களுடைய பெற்றோர்களுக்கு அவர்களின் அந்திமக் காலத்தில் சேவை செய்வது மிக அவசியம்' என்று சொல்லிக் கதையை முடிக்கிறார்.

தசரதன் கௌசலைக்குத் தன் சாப வரலாறைக் கூறும் கதையே இது. வேட்டையாடும்போது தவறுதலாக மகனைக் கொன்ற தசரதனுக்கு, புத்திர சோகத்தில் நீயும் உன் மகனைப் பிரிந்து அந்தச் சோகத்திலேயே இறந்து போவாய் என்று சாபமிடும் முனிவரின் கதையைத் திருத்தி எழுதிய பதிவு. சம்போ எகொடொபா சுபமாக முடிந்து, பெற்றோர் களுக்கு ஆற்ற வேண்டிய கடமையைச் சொல்லும் நீதிக்கதைபோல் மாறியிருக்கிறது.

சம்போ எகொடொபாவும் சீனக் கதைகளிலிருந்து எடுத்தாளப்பட்ட புத்த ஜாதகக் கதைதான். புத்த மதத்தின் இந்தியத் தொடர்புகள் மூலம் ராமாயணக் கதை முழுவதுமாகவும் கிளைக் கதைகளாகவும் சீனா வுக்கும் ஜப்பானுக்கும் எட்டியது ராமாயணத்தின் பரவலான அங்கீகாரத்துக்குச் சான்று.

17. முடிவாக...

இத்தனை மாற்றங்களையும் அனுமதித்து நாடு, கலாசாரம், மதம் என்று அத்தனை தடைகளையும் தாண்டி மக்களைச் சென்று அடைந்தது ராமாயணத்தின் வெற்றி. அந்த ராமாயணக் கதையை உருவாக்கியது இந்தியாவின் வெற்றி.

அப்பழுக்கற்ற அவதார புருஷனாகவோ அல்லது குறைபட்ட மானுடனாகவோ எந்தக் கோணத்தில் பார்த்தாலும் ராமன் என்ற கதை நாயகன் வெவ்வேறு பின்னணியிலிருந்து வந்த பலதரப்பட்ட மக்களால் அவர்களில் ஒருவனாக ஏற்றுக்கொள்ளப்பட்டிருக்கிறான். உலகக் காவியங்கள் எதற்கும் இல்லாத சிறப்பு இது.

தென் கிழக்கு ஆசியா முழுவதும் முக்கியமான கலாசார நிகழ்வாக இருக்கும் காவியத்தை, இன்னும் நூற்றுக்கணக்கான வருடங்கள் அந்நிய மண்ணில் தழைக்கப்போகிற காப்பியத்தை உருவாக்கிய பெருமை இந்தியாவையும் அதன் மக்களையும் சார்ந்தது.

பின்னிணைப்பு

உதவிய புத்தகங்கள் மற்றும் கட்டுரைகள்

1. The Ramakien - A Prose Translation of the Thai Ramayana, R.A Olsson

2. Ramayana - King Rama I of Thailand (1737-1809)

3. The Ramakien - The Siam Society

4. Hinduism in Thai Life, Santosh N. Desai

5. The Ramayana in South East Asia - A General Survey, H.B. Sarkar

6. The Episode of Maiyaran in the Thai Ramakien and its Possible Relationship to Tamil Folklore, S. Singaravelu, Journal of Siam Society

7. The Ramayana in Laos, Sachidanand Sahai

8. The Phra Lak Phra Ram, A Laotian Version of the Ramayana, Sachidanand Sahai

9. Socio-cultural - Anthropological Background of the Ramayana in Laos, Kamala Ratnam

10. Guay Dhorobhi, Sachidanand Sahai

11. The Burmese Ramayana, Ohno Toru

12. The Rama Saga in Malaysia - Zieseniss, P.W.Burch

13. The Literary Version of the Rama Story in Malay, S. Singaravelu

14. Das Ramayana, Hermann Jacobi

15. Jain Ramayanas and their Sources, V.M. Kulkarni

16. Ramayana in Jaina Tradition, Umakanth P. Shah

17. The Rama Story in Indian Folklore, Vidya Nivas Misra

18. The Ramayana in South East Asian Sanskrit Epigraphy - Iconography, Jean Fillizat

19. Ramayana Stories in Indonesia, Sutjipo Wirjusuparto

20. The Old Javanese Ramayana, C. Hooykaas

21. *வால்மீகி ராமாயணம், சோ*

22. *கம்ப ராமாயணம், கோவை கம்பன் கழகம்*

23. *வால்மீகியும் கம்பனும், நாமக்கல் கவிஞர் வே. ராமலிங்கம் பிள்ளை*

24. Textual Theme of Ramayana in Japan, Minoru Hara

25. The Reamker, F. Bizot

26. *கம்பன் கவிச்சோலை - இலக்கியச்சுடர் - த. ராமலிங்கம்.*

27. The Ramakirti, Swami Satyananda Puri

28. Many Ramayanad, The Diversity of a Narrative Tradition in South Asia, Ed. Paula Richman

29. Asian Variations in Ramayan, Sahitya Academy Publication

30. The Ramayana Tradition in Asia, Sahitya Academy Publication

31. *புலவர் கீரன் ராமாயணச் சொற்பொழிவு - ஒலி நாடா.*